# சாலைகள், தெருக்கள், கலோனியல் சென்னைப்பட்டிணம்

*(கி.பி. 1640 - 1700)*

நவீனா அலெக்சாண்டர்

அறம்
பதிப்பகம்

சாலைகள், தெருக்கள்,

கலோனியல் சென்னைப்பட்டிணம்

நவீனா அலெக்சாண்டர்

முதல் பதிப்பு - ஜனவரி 2023

வெளியீட்டு எண்: 76

வெளியீடு: அறம் பதிப்பகம்

Salaigal Therukal Colonial Chennaipattinam

Author: Naveena Alexander



First Edition: January 2023

Published by: Aram Publication

Address: No. 3/582, Mullai Street,

Kasthuribai Nagar, Mullipattu village & post

Arani Taluk - 632316

Tiruvannamali Dt, Tamil Nadu

Contact Cell No: 9150724997

e-mail: arampublication50@gmail.com

Designer: G. Murugan

Printed at Durga Printers, Chennai - 14

**Pages: 118**

**ISBN 978-81-944881-8-7**

# பொருளடக்கம்


| | |
|---|---|
| முன்னுரை | *1* |
| நகரின் தொடக்கம் கி.பி. *1640* | *5* |
| தொடக்க கால தெருக்கள் *1640 - 1660* | *18* |
| முதல் சச்சரவு – *1652* | *34* |
| அனர்த்தங்கள்: பஞ்சம், புயல் – *1680*-கள் | *46* |
| செயின்ட் மேரிஸ் தேவாலயம் – *1678* | *60* |
| கடற் கொள்ளையர்கள் *1640 – 1700* | *75* |
| நிக்கலோ மன்னூச்சி *(Niccolao Manucci) 1686 – 1712* | *84* |
| சாவடித்தெரு – *Choultry Street* | *92* |
| பின்னிணைப்பு *I* | *102* |
| பின்னிணைப்பு – *II* | *107* |
| *Reference Books* | *112* |

# முன்னுரை

சாலைகளும், தெருக்களும் நம்முடைய சமூக வாழ்கையின் இரத்த நாளங்கள் போன்றவை. இவை இரண்டும் எவ்வளவிற்கு தரமானதாகவும் உயர்வாகவும் இருக்கிறதோ அவ்வளவிற்கு நம்முடைய வாழ்கை தரமும் இருக்கும். ஒரு குடியிருப்பின் சமூக பொறுப்புணர்ச்சி எப்படியானது என்பதை அறிந்துகொள்ள அந்த சமூகத்தின் தெருக்களிலும் சாலைகளிலும் இருக்கும் பம்பர்களை *(bumper)* கொண்டே தீர்மானித்துவிட முடியும். அந்த அளவிற்கு அவை மனிதர்களை பிரதிபலிக்க கூடியது.

மனிதர்களை பிரதிபலிக்க கூடிய அவை அதன் வழி வரலாற்றையும் பிரதிபலிக்கும்தானே. தெருக்களும் சாலைகளும் கூட மிக சிறந்த கதை சொல்லிகள்தான். அதிலும் வரலாற்று கதைகளை. வரலாற்றில் இரத்தமும் சதையுமாக வாழ்ந்த மனிதர்களின் வாழ்வியல் கதைகளை. சென்னை நகரின் தெருக்களும் சாலைகளும் கூட தங்களிடம் பல கதைகளை கொண்டிருக்கின்றன. நமக்கு நேரம் இருந்தால் கூடவே பரபரப்பிற்கு பின்னால் ஓடாத மனமும் இருந்தால் நிச்சயமாக நின்று அவைகள் சொல்லக் கூடிய கதைகளை கேட்க முடியும்.

அப்படி கலோனியல் சென்னைப்பட்டிண தெருக்களும் சாலைகளும் தங்களுக்குள் புதைத்து வைத்திருக்கும் கதைகளை புத்தகமாக கொண்டு வர வேண்டும் என்பது சந்தியா பதிப்பக திரு. நடராஜன் அவர்களின் கனவுத் திட்டம். அவரிடம் பேசிய தருணம் ஒன்றில் இதை குறிப்பிட்டார். குறிப்பிட்டதுடன் மாத்திரம் நின்றுவிடாமல் அந்த புத்தகத்தை என்னை எழுதும்படியும் கூறினார். நாம் தேடிப்போக வேண்டிய வரம் நம்மையே தேடி வரும் அதிர்ஷ்டம் என்பது இதுதான்.

பொதுவாக கட்டிடக் கலை மீது எனக்கு தீரா காதல் என்றாலும் கலோனியல் ஐரோப்பிய கட்டி கலை மீது காதலோடு சேர்ந்த தனித்த ஈர்ப்பும் உண்டு. நான் பிறந்த பொறையார் மண்ணும் அதற்கு அருகில் இருக்கும் தரங்கம்பாடியும் கலோனியல் ஐரோப்பிய கட்டிடங்களின் உறைவிடமாக, வரலாற்றின் காலடிகளாக இருப்பது இதற்கான காரணமாக இருக்கலாம். கட்டிடங்களை பின்னி பிணைந்துதானே தெருக்களும் சாலைகளும் ஓடிச் செல்லும்.

இந்த புத்தகத்தில் கலோனியல் சென்னைப்பட்டிண தெருக்கள் மற்றும் சாலைகளில் மாத்திரமே கவனம் செலுத்தியிருக்கிறேன். சென்னைப்பட்டிணம் நிறுவப்பட்ட *1640* தொடங்கி *1947* வரையிலான காலக்கட்டம். அதன்படி முதல் பாகமான இந்த புத்தகத்தில் *1640* முதல் *1700* வரையிலான சென்னைப்பட்டிண தெருக்கள் மற்றும் சாலைகள் குறித்து பேசியிருக்கிறேன். அப்படி சொல்வதைவிட சென்னைப்பட்டிணத்தின் தொடக்க கால தெருக்களும் சாலைகளும் தங்களுக்குள் கொண்டிருந்த வரலாற்று கதைகளை இந்த புத்தகத்தில் சொல்லியிருக்கிறேன் என்று சொல்வது பொருத்தமாக இருக்கும்.

சென்னைப்பட்டிணம் உருவாக்கப்பட்ட ஆண்டான *1640* தொடங்கி *1670* வரையிலான ஆவணங்கள் இப்போது இல்லை. அந்த காலப்பகுதி சென்னைப்பட்டிணத்தை மீட்டுருவாக்க பிற்கால ஆவணங்களில் இருக்கும் குறிப்புகளையே நம்பியிருக்க வேண்டியிருக்கிறது. நேரடியான ஆவணங்கள் *1670* முதலே கிடைக்கிறது. அதேபோல் நகரின் தொடக்க கால வரைபடமும் தெருக்களின் அமைப்பும் பிற்காலத்திய தரவுகளில் இருந்தே மீட்டுருவாக்கம் செய்யப்பட வேண்டிய நிலை இருக்கிறது. எப்படி இருந்தாலும் அதன் தெருக்கள் சொல்லக் கூடிய கதைகளில் அது நமக்கு அறிமுகப்படுத்தும் மனிதர்களில் எப்படியான மாற்றமும் கிடையாது.

சென்னைப்பட்டிணம் தன்னுடைய தொடக்க காலம் முதலே வரலாற்று சிறப்பு மிக்க, வரலாற்றை உருவாக்கிய, வரலாற்றை பதிவு செய்த மனிதர்களை தன்னகத்தே கொண்டிருந்தது. அவர்களுடைய வாழ்கையில் சுவாரசியங்களுக்கு பஞ்சம் இருக்காதுதானே. அதேதான். சென்னைப்பட்டிண தெருக்களும்

சாலைகளும் கூற இருக்கும் கதைகளிலும் சுவாரசியங்களுக்கு பஞ்சம் கிடையாதுதான். அடிமை வணிகம், வணிக போட்டி, அதிகார மையங்களாக செயல்பட்ட துபாஷிகளுக்கு இடையிலான போட்டிகள் பொறாமைகள், கடற்கொள்ளையர்கள் என்று இந்த பாகம் பல சுவாரசிய வரலாற்று கதைகளை, மனிதர்களை உங்களுக்கு அறிமுகம் செய்ய இருக்கிறது.

**நவீனா அலெக்சாண்டர்**

# நகரின் தொடக்கம் கி.பி. 1640

பூமியில் உயிரினங்கள் தோன்றியவுடன் அவைகளின் நிழலுக்கு அடுத்து மற்றொரு முக்கிய அங்கமும் அவைகளுடன் தோன்றின. நிழலைப்போலவே அதுவும் உயிரினங்களை விட்டு பிரிக்கவே முடியாத ஒன்று. நிழலைப்போல அல்லாமல் பிரிக்க முடியாத அந்த இரண்டாவது அங்கத்தின் வழி உயிரினங்கள் தங்களின் வயிற்றுப்பாடு தொடங்கி வாழ்க்கையை கட்டமைக்கும் அனுபவங்கள் வரை சேகரித்துக்கொள்கின்றன. அதை அழித்துவிட்டால் உயிரினங்களால் உயிர் வாழ முடியாது. சக்கரமாக சுழன்றுகொண்டிருக்கும் இயற்கை பெரும் குழப்பத்தில் விக்கித்து நின்றுவிடும்.

இயற்கையின் செயல்பாட்டை குலைக்க கூடிய சக்தி படைத்த உயிரினங்களின் அந்த இரண்டாவது அங்கம் பாதைகள். பூமி உயிரினங்களால் நிறைந்திருப்பதற்கு சற்றும் குறையாமல் பாதைகளாலும் நிறைந்திருக்கிறது. வானமும் கூட. ஒவ்வொரு உயிரினத்திற்கும் அதற்கு ஏற்ற பாதைகள் இருக்கின்றன. அந்த பாதைகள் ஒன்றுடன் ஒன்று பின்னி பிணைந்து படு சிக்கலான சிலந்தி வலைபோன்ற அமைப்பை பூமியின் மேற்பரப்பு முழுவதிலும் உருவாக்கியிருக்கிறது. ஒரு உயிரினம் பிழைப்பிற்காக எப்படி மற்றொரு உயிரினத்தை சார்ந்திருக்கிறதோ அதேப்போல ஒரு உயிரினத்தின் பாதை மற்றொரு உயிரினத்தின் பாதையை சார்ந்திருக்கிறது.

ஒரு உயிரினத்தின் பாதையை மற்றொரு உயிரினம் குலைக்குமேயானால் அது பிரச்சனைகளையும் உயிரினங்களுக்கு இடையிலான மோதல்களையும் அதை தொடர்ந்த அழிவுகளையும் உருவாக்கும். தன்னுடைய பரிணாம வளர்ச்சியின் காரணமாக மற்ற உயிரினங்களில் இருந்து எப்படி மனிதன் தனித்து நின்று வளர்ச்சிப்

பெற்றானோ அதேபோன்று அவனுடைய இரண்டாவது அங்கமான பாதைகளும் பரிணாம வளர்ச்சிக்கு உட்பட்டது. பாதைகள், தெருக்களாகவும், தெருக்கள் சாலைகளாகவும் மாறி மனிதனுடைய தேவை மற்றும் வசதிகளுக்கு ஏற்ப தங்களை பரிணாம வளர்ச்சிக்கு உட்படுத்திக்கொண்டன. இனக் குழு சமூகத்திலிருந்து விவசாய சமூகமாக மாறிய மனிதனின் கிராம மற்றும் ஊர் கட்டுமான பொறியியலுக்கு அடிப்படையாக, முதலெழுத்தாக இருந்தவைகள் தெருக்களாக பரிணாம வளர்ச்சியடைந்த பாதைகள்.

மனித இனத்தின் முதல் நகர நாகரீகங்களான சுமேரியா மற்றும் சிந்துவெளி நகரங்களின் உயர் தொழில் நுட்ப கட்டிடங்களை தனித் தன்மையுடன் எடுத்துக்காட்டுபவை அந்த நகரங்களின் தெருக்கள் மற்றும் சாலை அமைப்புகளே. சுமார் ஆறாயிரம் வருட பழமையான ஹரப்பாமற்றும்மொகஞ்சதாரோநகரங்களைமண்ணுக்குள்ளிருந்து வெளியே எடுத்தப் பிறகு அதன் நடுவில் நின்றிருந்த ஜான் மார்ஷல் இருபதாம் நூற்றாண்டு பிரான்ஸ் தேசம் தோற்றுவிடும் இந்த நகரங்களுடன் ஒப்பிடுகையில் என்று அதிசயித்து சொல்ல வைத்தது அந்த நகரங்களின் தெருக்களும் சாலைகளும்தான். சரளை கற்கள் கொண்டு வேயப்பட்டிருந்த தெருக்களும் சாலைகளும் சிந்துவெளி நகர திட்டமிடலின் சிறப்பான எடுத்துக்காட்டு.

தெருக்களும் சாலைகளும் நகரங்களின், பேரரசுகளின், அதன் குடியானவர்களின் கதைகளை சொல்லக் கூடியது. அதன் காரணமாகவே அவை மனிதர்களின் பெயர்களையும், அவர்களுடைய செயல்களின் காரண பெயர்களையும் தங்களுடன் கொண்டிருக்கின்றன. தெருக்கள் நகரங்களின் தலையெழுத்தை மாற்ற கூடியது என்றால் சாலைகள் நாடுகளின் அதன் வழியான உலக வரலாற்றின் தலையெழுத்தை எழுதக் கூடியவை. சீனாவையும் மத்திய கிழக்கு நாடுகளின் வழி ஐரோப்பாவையும் இணைத்த பட்டு வணிக சாலையும் *(Silk Road)*, ஐரோப்பாவையும் தென்னிந்தியாவையும் இணைத்த கடல் வணிக சாலையும் *(Sea Trade Route)* இதற்கான உதாரணங்கள். ஐரோப்பாவையும் தென்னமெரிக்காவையும் இணைத்த கடல் வழி சாலையும் கூட.

இந்த சாலைகளின் வழி சூரியன் மறையா உலக பேரரசுகள் உருவாக்கப்பட்டிருக்கிறது. இன அழிப்புகளும்

நிகழ்த்தப்பட்டிருக்கிறது. முன்னதற்கு உதாரணமாக பிரிட்டிஷ் பேரரசை குறிப்பிடலாம் பின்னதற்கு உதாரணமாக தென்னமெரிக்க பூர்வ குடி மக்களின் அழிவை குறிப்பிட முடியும். உருவாக்கமும், அழிப்பும் சுவாரசியமான வரலாற்று நிகழ்வுகளையும் மனித கதைகளையும் உள்ளடக்கியதுதானே. அவைகளைத்தான் இந்த புத்தகத்தில் பார்க்க இருக்கிறோம். போர்ட் செயின்ட் ஜார்ஜ் *(Fort St. George)*. தத்தளித்துக்கொண்டிருந்த பிரிட்டிஷ் கிழக்கிந்திய கம்பெனிக்கு தொடக்க கால நம்பிக்கையை கொடுத்த பெயர். ஒட்டுமொத்த இந்தியாவையும் அந்த கம்பெனி அதனுடைய கட்டுப்பாட்டிற்குள் கொண்டுவருவதற்கான அடிப்படை பலத்தையும் இதுதான் கொடுத்தது.

மும்பை மற்றும் கொல்கத்தா என்கிற இரு கிழக்கிந்திய கம்பெனி அதிகார மையங்கள் உருப்பெறுவதற்கு முன்பே தோன்றிவிட்ட முதன்மையான அதே சமயத்தில் வலிமையான அதிகார மையம் புனித ஜார்ஜ் கோட்டை. போர்ச்சுகீசியர்கள் ஆய்ந்து ஓய்ந்து, டச்சு மற்றும் பிரெஞ்சு கிழக்கிந்திய கம்பெனிகள் தலையெடுத்த பிறகு மிக கடைசியாக தென்னிந்தியாவுடனான மசாலா வணிகத்தில் இறங்கியது பிரிட்டிஷ் கிழக்கிந்திய கம்பெனி. ஐரோப்பாவிலிருந்து செயல்பட்டுக்கொண்டிருந்த பதினைந்து மற்றும் பதினாறாம் நூற்றாண்டு கிழக்கிந்திய கம்பெனிகள் அனைத்துமே அன்றைய காலக்கட்ட கார்ப்பரேட் நிறுவனங்கள்தான். பெரும் வணிக மற்றும் கப்பல் நிறுவன பண முதலைகள் பங்குதாரர்களாக ஒன்றிணைந்து உருவாக்கியவை அவை.

ஜான் வாட்ஸ் என்கிற பெரும் வணிக மற்றும் கப்பல் நிறுவன தொழில் அதிபர் உருவாக்கியது பிரிட்டிஷ் கிழக்கிந்திய கம்பெனி. ஜான்ஸ் *(John's)* கம்பெனி என்றும் மற்ற போட்டியாளர்கள் இதனை குறிப்பிடுவது உண்டு. டச்சு கிழக்கிந்திய கம்பெனியை உருவாக்கியவர் யோகன் வான் ஓல்டன்பார்ன்வெல்ட் *(Johan van Oldenbarnevelt)*. கிழக்கிந்தியாவுடனான மசாலா வணிகத்தில் தன்னுடைய நூறாண்டுக்கால ஆதிக்கத்தை முடித்துக்கொண்டு போர்ச்சுகீசியர்கள் ஒதுங்கிவிட பதினேழாம் நூற்றாண்டில் டச்சு மற்று பிரிட்டிஷ் கிழக்கிந்திய கம்பெனிகளுக்கு இடையேதான் போட்டியே இருந்தது. இந்த இரு நிறுவனங்களுக்கும் அந்தந்த நாடுகளின் அரசியலில் பெரும் செல்வாக்கு இருந்தது.

இன்றைய கார்ப்பரேட் நிறுவனங்களைப் போலவே அவையும் அன்றைய அரசியலில் தங்களுக்கான பெரும் "லாபிகளை" வைத்துக்கொண்டு தங்களின் இலாப குவியல்களுக்கு சாதகமான முடிவுகளை அரசர்கள் எடுக்கும்படி பார்த்துக்கொண்டன. கிழக்காசிய பகுதிகளில் தங்களின் கம்பெனி சார்பாக நிறுவப்படும் தொழிற்சாலைகள் மற்றும் நகரங்களில் தங்கள் நாட்டின் அரசியல் அதிகாரங்களை செயல்படுத்தும் சட்டாம் பிள்ளைகளாக அவை தங்களின் அதிகார பலத்தை "லாபிகளின்" மூலம் பெற்றுக்கொண்டன. கம்பெனிக்கென்று தங்கள் நாடுகளின் கப்பல் படை மற்றும் இராணுவங்களை பயன்படுத்திக்கொள்ளும் அளவிற்கான அதிகாரம் அவை பெற்றிருந்தன.

பிரிட்டிஷ் கிழக்கிந்திய கம்பெனிக்கு முன்பே டச்சு கம்பெனி தென்னிந்திய கடற்கரை பகுதிகளில் வலுவான கோட்டைகளுடன் கூடிய தொழிற்சாலைகளை நிறுவியிருந்தது. இவைகளை தொழிற்சாலைகள் என்று சொல்வதைவிட பருத்தி துணிகளையும், மசாலா பொருட்களையும் உள்ளூரில் வாங்கி சேமித்து வைக்கும் கிடங்குகள் என்று குறிப்பிடுவதே சரியானது. ஆனால் இந்த இரு கம்பெனிகளும் தங்களுடைய கிடங்குகளை தொழிற்சாலைகள் என்றே குறிப்பிட்டன. அனைத்து ஆவணங்களிலும். உள்ளூர் அரசர்களிடமிருந்து தங்களுடைய கோட்டை மற்றும் கிடங்குகளுக்கான நிலங்களை குத்தகை மற்றும் விலைக்கு வாங்கியபோதும் கிடங்குகளை தொழிற்சாலைகள் *(Factories)* என்றே மிக கவனமாக குறிப்பிட்டன.

இந்தியாவின் வட கடற்கரை பகுதியில் (சூரத்) சற்றே பலமாக காலை ஊன்றிக்கொண்ட தொடக்க கால பிரிட்டிஷ் கிழக்கிந்திய கம்பெனி கிழக்கு கடற்கரை பகுதியில் நிலை கொள்ள முடியாமல் அல்லாடிக்கொண்டிருந்தது. ஏனென்றால் டச்சு கிழக்கிந்திய கம்பெனியின் ஆதிக்கம் அப்படி. சூரத்தில் கால் பதித்து தொழிற்சாலை அதாவது கிடங்கு தொடங்கி இருபது வருடங்களுக்கு மேல் ஆகியும் பிரிட்டிஷ் கம்பெனியால் கிழக்கு பகுதியில் அவ்வளவாக பெரிதாக ஒன்றும் செய்துவிட முடியவில்லை. தொட்டதெல்லாம் துலங்காமல் நட்டத்தில் முடிந்துகொண்டிருந்தது. கிழக்கு கடற்கரை பகுதியில் அதற்கு மசூலிப்பட்டிணம் தொழில் செய்ய கிடைத்திருந்தாலும் அந்த பகுதியில் பிரிட்டிஷ் கம்பெனிக்கு

அடிமேல் அடி விழுந்துகொண்டே இருந்தது. இதன் காரணமாக மசூலிப்பட்டிணத்தை காலி செய்தாக வேண்டிய நிலை அதற்கு. கிழக்கு கடற்கரை பகுதியில் ஒரு பிட்டு நிலத்திலாவது தன்னை தக்கவைத்துக்கொள்ள வேண்டும் என்கிற கட்டாயம் அதற்கு உண்டானது. கிடங்கு கட்டுவதற்கான புதிய இடத்தை கண்டுபிடிப்பதற்கான திட்டங்களும் பேச்சுகளும் *1636* முதலே தொடங்கிவிட்டது. மதராஸ் பிரசிடென்சி *(Madras Presidency)* என்கிற தென்னிந்திய அதிகார பீடத்திற்கான கரு மேற் குறிப்பிட்ட ஆண்டிலேயே உருகொண்டது. இந்த கருவை தன் மூளைக்குள் திட்டங்களாக சுமந்து திரிந்த நபர்களில் ஒருவர் பிரான்சிஸ் டே *(Francis Day)*. டச்சு ஆவணங்களின் படி *1637*-ல் சாதகமான இடத்தை தேடி மசூலிப்பட்டிணத்திலிருந்து புதுச்சேரி வரை கிழக்கு கடற்கரையில் டே பயணம் மேற்கொண்டிருக்கிறார்.

பயணத்தின் முதல் படியாக அவர் கண்டது புலிகாட் (பழவேற்காடு). அந்த பகுதியில் கண்களை கூட வைக்க முடியாது என்பது அவருக்கு தெரியும். ஏனென்றால் அது டச்சு கம்பெனியின் வசம் இருந்தது. புலிகாட்டில் டச்சு கிழக்கிந்திய கம்பெனி வணங்கா முடியாக வணிகம் செய்துகொண்டிருந்தது. புலிகாட்டிலிருந்து சுமார் முப்பது நாட்டிக்கள் கடலில் பயணம் செய்தப் பிறகு அவர் கண்டது சாந்தோமின் தேவாலயங்களையும் குடியிருப்புகளையும். சேந்தோம் போர்ச்சுகீசியர்களின் அதிகாரத்தில் இருந்த குடியிருப்பு. சாந்தோமிற்கு வடக்கே மூன்று மைல் தொலைவில் இருந்த இடம் டேவிற்கு பிடித்துப்போனது. அந்த இடத்தை அவருக்கு காட்டியவர்கள் சாந்தோமிலிருந்து போர்ச்சுகீசியர்கள்தான்.

ஏற்கனவே பலகீனமாகிக்கொண்டிருந்த போர்ச்சுகீசியர்களுக்கு புலிகாட்டில் டச்சு கம்பெனி வணிக பலம் பெற்றுக்கொண்டிருப்பது பெரும் தலைவலியாக மாறிக்கொண்டிருந்தது. அவர்களுக்கு ஒரு பாதுகாப்பு அரண் அவசியமாக இருந்தது. அந்த சமயத்தில் இடம் தேடி பிரான்சிஸ் டே அங்கு வந்து சேர்ந்தது அவர்களுக்கு நல்ல வாய்ப்பாகிப் போனது. புலிகாட்டுக்கும் தங்களுக்கும் இடையில் மற்றொரு ஐரோப்பிய கம்பெனியின் குடியிருப்பும் கோட்டையும் இருப்பது தங்களுக்கான பாதுகாப்பாக அமையும் என்கிற அரசியல் சதுரங்க முடிவை உடனடியாக எடுத்துவிட்டது சேந்தோம்.

போர்ச்சுகீசியர்கள் டேவிற்கு காட்டிய இடம் இரண்டு ஆறுகள் கடலில் கலக்கும் முகத்துவாரப் பகுதி. மேற்கிலிருந்து வந்த ஆற்றுக்கு திருவல்லிக்கேணி ஆறு என்றும் வடக்கிலிருந்து வந்து அதனுடன் இணைந்த ஆற்றுக்கு எழும்பூர் ஆறு என்றும் அப்போது பெயர். இப்போது நாம் அதை கூவம் என்று அழைக்கிறோம். திருவல்லிக்கேணி ஆறும், எழும்பூர் ஆறும் ஒன்றிணைந்து கடலில் கலக்கும் முகத்துவார (இன்றைய நேப்பியர் பாலம் இருக்கும் பகுதி) பகுதி அப்போது கடற்கரை மற்றும் ஆற்று மணலால் மேடு தட்டிய மணற்பரப்பாக இருந்தது. பதினைந்து முதல் இருபது மீனவ குடியிருப்புகளை கொண்டிருந்த அந்த பகுதிக்கு பெயர் சென்னைப்பட்டிணம். சென்னைப்பட்டிணம் ஐரோப்பியர்களின் வாயில் சென்னப்பட்டணா என்று புகுந்து புறப்பட்டது.

டே அந்த இடத்தை முதல் முறையாக பார்வையிட்ட சமயம் மழை காலத்தின் முடிவாக இருந்தது. இரண்டு ஆறும் திவ்யமாக பெருக்கெடுத்து ஓடி கடலில் கலந்துகொண்டிருந்தது. போதா குறைக்கு எழும்பூர் ஆற்றின் மேற்கு கரையில் ஒரு தீவும் கூட இருந்தது (இன்றைய தீவுத் திடல்) அந்த இடத்தை மேலும் பார்வைக்கு ரம்மியமான பகுதியாக காட்டியது. டேவுக்கு போர்ச்சுகீசியர்கள் சுற்றிக்காட்டிய சென்னைப்பட்டிண பகுதிக்கு வடக்கில் மதராசப்பட்டிணம் என்கிற மற்றொரு சிறிய குடியிருப்பு பகுதியும் இருந்தது. இப்படித்தான் புனித ஜார்ஜ் கோட்டை ஆவணங்கள் சொல்கின்றன. இதிலிருந்து நமக்கு தெரியவரும் சங்கதி அந்த இடத்தை டே வாங்குவதற்கு முன்பே அந்த இடத்திற்கு சென்னைப்பட்டிணம் என்கிற பெயர் இருந்ததும் அதற்கு வடக்கே இருந்த பகுதிக்கு மதராசப்பட்டிணம் என்கிற பெயர் இருந்ததும்.

இப்போதைக்கு பெயர் சங்கதியை ஓரமாக வைத்துவிட்டு டேவிடம் திரும்புவோம். டேவுக்கு சென்னைப்பட்டிணப் பகுதியை சுற்றிக் காட்டியதுடன் நின்றுவிடாமல் அந்த பகுதி யாரின் கட்டுப்பாட்டில் இருந்ததோ அவரிடமும் அழைத்து சென்றார்கள் போர்ச்சுகீசியர்கள். அவர் பூந்தமல்லியின் நாயக்கராக இருந்த அய்யப்பா. இவர் *(1642-ஆம் ஆண்டு டச்சு ஆவணங்கள் அய்யப்பா தமர்லா வெங்கடப்பாவின் மைத்துனர் என்று குறிப்பிடுகிறது)* தமர்லா வெங்கடப்பா என்கிற நாயக்கரின் தம்பி. தமர்லா வெங்கடப்பா இறுதி விஜயநகர பேரரசரான சந்திரகிரி அரசரின் *(ராஜா சிரி ரங்கா)*

முதன்மையான தளபதி மற்றும் அதிகாரி. புலிக்காடு தொடங்கி சேந்தோம் வரையிலான பகுதிகள் தமர்லா வெங்கடப்பாவின் கட்டுப்பாட்டில்தான் இருந்தது.

வெங்கடப்பா, டே, சேந்தோம் போர்ச்சுகீசியர்கள் ஒன்றிணைந்து சந்திரகிரி (இன்றை வெள்ளூர் பகுதி) அரண்மனையில் இருந்த அரசரை சந்தித்து சென்னைப்பட்டிண பகுதியில் பிரிட்டிஷ் கிழக்கிந்திய கம்பெனி குடியிருப்பு அமைத்துக்கொள்ள பேச்சு வார்த்தை நடத்தினார்கள்.

இந்த பேச்சு வார்த்தையின் போதே ஆங்கிலேயர்களுக்கு சென்னைப்பட்டிண கவுல் (கவுல் – நில உரிமை ஆவணம்) கொடுக்கப்பட்டதா அல்லது இரண்டு வருடங்கள் கழித்து 1639-ல் கொடுக்கப்பட்டதா என்பதில் தெளிவு இல்லாமல் இருக்கிறது. தமர்லா வெங்கடப்பா 1639-ல் மசூலிப்பட்டிணத்தில் இருந்த டேவிற்கு எழுதிய விண்ணப்பத்தில் பிரிட்டிஷ் கிழக்கிந்திய கம்பெனி கிடங்கு ஒன்றை தங்கள் பகுதியில் வந்து நிறுவிக்கொள்ளுமாறும், அந்த இடத்திற்கு தங்களுடைய தந்தையின் பெயரான சென்னப்ப நாயக்கரின் பெயரை வைக்கவேண்டும் என்றும் கேட்டுக்கொண்டார் என்று சிலர் குறிப்பிடுகிறார்கள்.

இரண்டு ஆண்டுகளுக்கு முன்பே வலிய வந்து இடம் தேடி தேர்வு செய்து வைத்துவிட்டுப்போன ஒருவருக்கு ஏதோ புதிய நபருக்கு எழுதுவதைப்போல அந்த இடத்தை புதிதாக அறிமுகம் செய்து அதில் வந்து கம்பெனிக்கான கிடங்கை கட்டிக்கொள்ளுங்கள் என்று விண்ணப்பம் செய்ததாக சொல்வது ஏற்றுக்கொள்ளும்படியாக இல்லை. சந்தேகத்தை தீர்த்து வைக்க கூடிய மூல கவுல் ஆவணம் இப்போது கிடையாது. மூல கவுல் தொடர்பாக பிற்காலத்திய கம்பெனி கடித பரிமாற்று ஆவணங்கள் குறிப்பிடுவதிலிருந்தே அதை கட்டமைக்க வேண்டியிருக்கிறது. அந்த ஆவணங்களில் சில 1639 கவுலில் கம்பெனிக்கு அளிக்கப்பட்ட நிலப்பகுதிகளைப் பற்றி பேசுகின்றன.

முன்பே இடம் பார்த்து (அதாவது 1637-ல்) அதில் கிடங்கு கட்டிக்கொள்வதற்கான உரிமம் வாங்கிச் சென்ற டே அதன் பிறகு கிணற்றில் போட்ட கல்லாக எந்த வித நடவடிக்கையும்

இல்லாமல் இருந்துவிட (பிரான்சிஸ் டே இது குறித்து பல முறை இங்கிலாந்திலிருக்கும் அலுவலகத்திற்கு தெரியப்படுத்தியும் சென்னைப்பட்டிணம் குறித்து எத்தகைய முடிவும் எடுக்கப்படாமல் இருந்தது. நொந்துபோன அவர் சென்னைப்பட்டிணம் தொடர்பாக ஒரு முடிவு எடுக்கும் வரை தனக்கு ஓய்வு கொடுக்குமாறு கேட்கும் நிலைக்குகூட போகும்படியானது. அதன் பிறகே இரண்டு ஆண்டுகள் கழித்து 1639-ல் சென்னைப்பட்டிணத்தில் கம்பெனியின் கிடங்கை கட்டுவதற்கான உத்தரவு வந்து சேர்ந்தது) அவரைகவர்ந்து செயல்பட வைக்கும் விதமாக மேலும் சில நிலப்பகுதிகள் இணைக்கப்பட்ட கவுல் அப்போது மசூலிப்பட்டிணத்தில் இருந்த (அதாவது 1639-ல்) அவருக்கு அனுப்பி வைக்கப்பட்டிருக்கவேண்டும்.

அந்த இணைப்பு கவுலைத்தான் பிற்காலத்தில் வந்த சிலர் தமர்லா வெங்கடப்பாவின் விண்ணப்ப கதையாக குறிப்பிட்டிருக்கவேண்டும். காரணம் பின் நாட்களில் டேவுக்கு சென்னைப்பட்டிணத்தில் இடம் பார்த்துக்கொடுத்தது தொடர்பாக தங்களின் "முன்னோர் பெருமை" பேசும் கதைகள் பல ஆவணங்களாக உலாவந்திருக்கிறது. இடம் பார்த்து கொடுத்த வகையில்தங்கள்முன்னோர்செய்தபணிக்கானசன்மானம்இதுவரை தங்களுக்கு வந்து சேரவில்லை, கம்பெனி தங்களுக்கு "பாக்கி" வைத்திருக்கிறது என்று இங்கிலாந்தின் தலைமை அலுவலகத்திற்கு மனு அனுப்பியதற்கான ஆவணங்கள் இருக்கின்றன.

ஒரு உதாரணத்தை பார்ப்போம். பெரியய்யன் என்பவர் 1770-ல் புனித ஜார்ஜ் கோட்டைக்கு ஒரு மனுவை அனுப்பிவைக்கிறார். அதில் தன்னுடைய கொள்ளுதாத்தாவான ராகவபட்டன் சேந்தோமிலிருந்த போர்ச்சுகீசியர்களிடம் மேலாளராக பணியாற்றினார் என்றும் 1640-ல் ஆங்கிலேயர்கள் கிழக்கு கடற்கரை பகுதியில் கிடங்கு கட்டுவதற்கு வசதியான இடத்தை தேடிக்கொண்டிருந்தபோது ராகவபட்டன் தானே முன் வந்து அவர்களுக்கு உதவியதாகவும், ஆங்கிலேய சென்னைப்பட்டிணத்தின் அடித்தளம் அமைக்கப்பட்டபோது அவரும் அங்கிருந்ததாகவும் அந்த பணிக்கான கட்டணத்தில் நிலுவை இருக்கிறது அதை தனக்கு தரும்படியும் கேட்டிருந்தார்.

இதற்கு ஆதாரமாக அவர் ஒரு கவுலையும் இணைத்திருந்தார். அது தமர்லா அய்யப்பா (தமர்லா வெங்கடப்பாவின் தம்பி)

ராகவபட்டனுக்கு எழுதிக்கொடுத்தது. அதில் சிரிராமா என்பவர் கையெழுத்திட்டிருக்கிறார் ஆவணத்தின் தேதியாக நவம்பர் 3, 1638 குறிப்பிடப்படுகிறது. மசூலிப்பட்டிணத்தில் இருக்கும் ஆங்கில அதிகாரிகளை சந்தித்து தன்னுடைய இடத்திற்கு அவர்களை அழைத்து வந்து கிடங்கு கட்டும்படி செய்து ஒரு நகரை உருவாக்கி அதில் நீ (ராகவபட்டன்) தலைமை கோனிக்கோபிளையாக இருந்துகொள்ளவேண்டியது என்று தமர்லா அய்யப்பா ஆணை மற்றும் விண்ணப்பம் அளிப்பதாக அந்த கவுல் குறிப்பிடுகிறது.

டேவின் 1637 பயணத்திற்கே திரும்பிவிடுவோம். சென்னைப்பட்டிணத்தில் கம்பெனிக்கான ஏற்ற இடத்தை பார்த்து உரிமம் வாங்கிக்கொண்டு டே மசூலிப்பட்டிணம் திரும்பிவிட்டாலும் சென்னைப்பட்டிணத்தில் (டேவும் மற்ற கிழக்கிந்திய கம்பெனி அதிகாரிகளும் தாங்கள் வாங்கிய சென்னைப்பட்டிண பகுதியை சென்னைப்பட்டிணம் என்று தங்களுடைய ஆவணங்களிலும் கடிதங்களிலும் குறிப்பிடாமல் மதராசப்பட்டிணம் என்றே குறிப்பிட்டார்கள். மதராசப்பட்டிணம், சென்னைப்பட்டிணத்திற்கு வடக்கில் இருந்த பகுதி என்பதை முன்பே பார்த்தோம்) குடியேறும் திட்டம் 1640 வரை தூங்கிக்கொண்டுதான் இருந்தது.

இறுதியாக 1640 பிப்ரவரி மாதத்தின் தொடக்கத்தில் சென்னைப்பட்டிணத்தில் கோட்டையும் கிடங்கும் கட்டுவதற்கான ஆணை இங்கிலாந்திலிருந்து வந்து சேர்ந்தது. பிரிட்டிஷ் கிழக்கிந்திய கம்பெனி ஆவணங்கள் அர்மகோன் என்று குறிப்பிடும் துர்கராசப்பட்டிணத்தில் (புலிக்காட்டிலிருந்து சுமார் 40 மைல் தொலைவில் வடக்கில் இந்த சிறிய துறைமுகம் இருந்தது. இது உப்பு வணிகத்திற்கு அன்றைய நாட்களில் பெயர்போனது) இருந்த பிரான்சிஸ் டே ஆணையை பெற்ற கையோடு கோட்டை கட்டிடங்களில் இருந்த மரமாத்து பொருட்களை பிரித்து கப்பல்களில் போட்டுக்கொண்டு கிளம்பிவிட்டார்.

ஈகிள் (Eagle) மற்றும் யூனிட்டி (Unity) என்கிற இரு பெரும் கப்பல்களில் (ஒவ்வொன்றும் சுமார் 100 டன்களுக்கும் மேலான எடை கொண்டது என்று ஆவணங்கள் குறிப்பிடுகின்றன) டேவும் மற்ற பரிவாரங்களும் பிப்ரவரி 20 அன்று புறப்பட்டு அன்றே

சென்னைப்பட்டிணத்திற்கு வந்து சேர்ந்தார்கள். அன்றைக்கு டேவுடன் வந்தவர்கள், கோகன், இரண்டு ஏஜன்ட்கள் (பேக்டர்ஸ் – *factors* என்று ஆவணங்கள் குறிப்பிடுகின்றன) சில எழுத்தர்கள், ஒரு கன்னர் (*gunner*), ஒரு மருத்துவர், 25 பாதுகாப்பு படை வீரர்கள், இந்த படைக்கு தலைமை தாங்கிய லெப்டினன்ட் ஜெர்மின், அவருடைய உதவியாளர் சார்ஜன்ட் பிராட்போர்ட், தச்சர்கள், கொல்லர்கள், துப்பாக்கி தோட்டாக்களுக்கான ரவை தயாரிப்பவர், வேலையாட்கள், சில போர்ச்சுகீசிய குடிமக்கள் மற்றும் தனியார் வியாபாரிகள்.

ஈகிள் மற்றும் யூனிட்டி கப்பல்களுடன் சேர்த்து மூன்றாவதாக அட்வைஸ் (*Advice*) என்கிற கப்பலும் இந்த பயணத்தில் வந்ததாக தெரிகிறது. வந்து இறங்கியவுடன் தங்குவதற்கு தற்காலிக கூடாரங்கள் அமைக்கப்பட்டன. இந்த வேலைக்கு அருகாமை கிராமங்களில் இருந்து வேலை ஆட்களும், மூங்கில் கழிகளும், தென்னை ஓலைகளும் விலைக்கு வாங்கி வரப்பட்டிருக்கிறது. கோட்டை கட்டும் பணி மார்ச் 1 அன்று தொடங்கியிருக்கிறது. கோட்டை கட்டுவதற்கு ஆட்களையும் கட்டுமான பொருட்களையும் வெங்கடப்ப நாயக்கர் (நாயக்கர் என்பது இங்கே பதவியை குறிக்கிறது) தரவது என்றுதான் ஒப்பந்தத்தில் ஒப்புக்கொள்ளப்பட்டிருந்தது ஆனால் பேருக்கு சில கட்டுமான பொருட்களை அனுப்பி வைத்துவிட்டு நாயக்கர் அமைதியாகி விட டேவும் கோகனுமே அதற்கான முழு ஏற்பாடுகளை செய்யும்படியானது.

கோட்டை எந்த இடத்தில் கட்டப்பட வேண்டும் என்று மூன்று ஆண்டுகளுக்கு முன்பே டே திட்டம் செய்து வைத்திருந்தாரோ அதே இடத்தில் பணிகள் தொடங்கியது. திருவல்லிக்கேணி ஆறும், எழும்பூர் ஆறும் ஒன்றிணையும் பகுதிக்கு வடக்கே சுமார் முக்கால் மைல் தொலைவில் கோட்டைக்கான அடித்தளம் போடப்பட்டது. கோட்டையும் குடியிருப்பும் கட்டிக்கொள்ள கொடுக்கப்பட்ட மொத்த இடத்தின் அளவு வடக்கு தெற்காக சுமார் நான்கு மைல்கள், மேற்கு கிழக்காக சுமார் ஒரு மைல். இந்த பகுதிக்குள் பிரிட்டிஷ் கிழக்கிந்திய கம்பெனிக்கு வரி வசூலித்துக்கொள்ளும் உரிமையும் கொடுக்கப்பட்டது. அப்படி வசூலிக்கப்படும் வரி வருவாயில் சரி பாதியை ஆண்டு தோறும் வெங்கடப்ப நாயக்கரிடம் கொடுத்து

விட வேண்டும் என்பது நிபந்தனை. இந்த பகுதிக்குள் கம்பெனி செய்யும் ஏற்றுமதி இறக்குமதி தொழிலுக்கு வரி விலக்கும் கொடுக்கப்பட்டது.

டேவும் கோகனும் கோட்டையை சதுர வடிவில் வடிவமைத்திருந்தார்கள். வடக்கு தெற்காக 324 அடிகள் நீளமும் மேற்கு கிழக்காக 300 அடிகள் அகலமும் கொண்டிருந்தது கோட்டையின் வடிவமைப்பு. கோட்டை சுவரின் நான்கு மூலைகளிலும் பீரங்கி தாங்கிய பலமான கொத்தளங்களும் வடிவமைப்பில் இடம் பெற்றிருந்தது. அடித்தளத்தின் முதல் கட்டிடமாக கட்டப்பட்டது கிடங்கு இல்லம்தான். இந்த இல்லத்தின் ஒவ்வொரு பக்கமும் கோட்டை சுவர் கொத்தளத்தை பார்த்திருக்கும் படி கட்டப்பட்டது. பிறகு தென் கிழக்கு கொத்தளம் கட்டப்பட்டு அதில் எட்டு பீரங்கிகள் பொருத்தப்பட்டன. இந்த பணிகள் அனைத்தும் 1640-க்குள் முடிவடைந்துவிட்டது. கட்டுமான பொருட்களாக செங்கற்கள், களிமண் கலவை மற்றும் செம்பாறை கற்கள் பயன்படுத்தப்பட்டிருக்கிறது. செம்பாறை கற்கள் சென்னைப்பட்டிணத்திற்கு வட மேற்கே சுமார் 12 மைல்கள் தொலைவில் இருக்கும் ரெட்ஹில்சிலிருந்து (இன்றைக்கும் இது ரெட்ஹில்ஸ் என்றே அழைக்கப்படுகிறது) கொண்டுவரப்பட்டது.

அடுத்து வட கிழக்கு கொத்தளமும் அதை தொடர்ந்து வட மேற்கு கொத்தளமும் வரிசையாக கட்டப்பட்டது. இந்த பணிகள் 1642-ல் முடிவடைந்தது. தென் மேற்கு கொத்தளம் எப்போது கட்டி முடிக்கப்பட்டது என்பதற்கான தெளிவான ஆவணங்கள் கிடைக்கவில்லை. ஆனால் கொத்தளங்களை இணைக்கும் கோட்டை சுவர்கள் பிற்பாடு கொஞ்சம் கொஞ்சமாக முடிக்கப்பட்டிருக்கிறது.. தென் கிழக்கு கொத்தளத்தையும் வட கிழக்கு கொத்தளத்தையும் இணைக்கும் முதல் கோட்டை சுவர் பணிகளே1652-ல் முடிவடைந்திருக்கிறது. அதாவது கோட்டைக்குள் மற்ற அலுவலக மற்றும் குடியிருப்பு கட்டிடங்கள் கட்டப்பட்டு பன்னிரெண்டு வருடங்கள் கழித்து.

டேவிடமே மீண்டும் திரும்புவோம். ஐரோப்பிய தச்சர்கள், கொல்லர்களோடு சேர்ந்து சென்னைப்பட்டிணம், மதராசப்பட்டிணத்தை சுற்றியிருந்த கிராமங்களில் இருந்தும்

கட்டுமான வேலைகளுக்கு ஆட்கள் எடுக்கப்பட்டிருக்கிறார்கள். உதாரணமாக திருவல்லிக்கேணி, நரிமேடு, எழும்பூர் போன்ற கிராமங்களில் இருந்து. வேலைகள் தொடங்கிய மூன்றாவது வாரத்திலேயே பெரும் தடங்கல் வந்து சேர்ந்தது. தடங்கலை கொண்டு வந்தது இயற்கை. அதை பார்ப்பதற்கு முன்பு ஒரு முக்கிய விசயத்தை தெரிந்துக்கொள்ள வேண்டியிருக்கிறது. இன்றைக்கு இருப்பதைப்போல கடலில் இருந்து சற்றே தொலைவில் இருந்திருக்கவில்லை அன்றைய கோட்டை. கடலின் அலைகள் வந்து உரசி செல்லும் அளவிற்கு கடலுக்கு மிக அருகில் இருந்திருக்கிறது. கடல் அலைகள் கோட்டையின் சுவர்களை உரசி செல்கின்றன என்று பிற்கால பயணக் குறிப்புகள் சொல்கின்றன.

மூன்று கப்பல்களும் இன்னமும் கட்டுமான சரக்குகளை இறக்கிக்கொண்டிருந்த சமயத்தில் எதிர்பாரா விதமாக புயல் ஒன்று வந்து சேர்ந்தது. கோடை காலத்தின் தொடக்கத்தில் புயல் என்பது வழக்கத்திற்கு மாறான ஒன்று. டே தொடங்கி உள்ளூர் வாசிகள் அனைவருக்கும் இது எதிர்பாரா ஒரு இடர்ப்பாடாகிப்போனது. புயலை எதிர்கொள்ள முன்னேற்பாடாக இல்லாத காரணத்தால் கடலில் இருந்த மூன்று பெரும் கப்பல்களும் புயலில் சிக்கிக்கொண்டன. இதில் ஈகிள் கப்பல் புயலில் சிக்கி அலைக்கழிக்கப்பட்டு சாந்தோமிற்கு அருகில் கரை தட்டிவிட்டது. புயல் ஓய்ந்த அடுத்த நாள் அக்கம் பக்கம் கிராமத்திலிருந்த மக்கள் கரை தட்டிய கப்பலை சூறையாடிவிட்டிருக்கிறார்கள். பெரும் இழப்பு டேவிற்கு.

கவனக் குறைவாக செயல்பட்டார் என்று குற்றம் சுமத்தப்பட்டு ஈகிளின் கேப்டன் சிறைபிடிக்கப்பட்டு சூரத்திற்கு அனுப்பிவைக்கப்பட்டதும் நடந்தது. கொத்தள வேலைகள் ஒருபுறம் நடந்துகொண்டிருக்க கோட்டைக்குள்ளும் கோட்டையை சுற்றியும் குடியிருப்புகளை உருவாக்கும் வேலைகளும் தொடங்கியது. கோட்டைக்குள் *35* ஆங்கில குடியிருப்புகள் இருந்தன. கோட்டையை சுற்றி வீடு கட்டி குடியேற விருப்பம் தெரிவிப்பவர்களுக்கு “அவ்சிங் லோனும்” கூட வழங்கப்பட்டு ஊக்குவிக்கப்பட்டது. தொடக்க நாட்களில் கோட்டையை சுற்றி அதிகமாக குடியேறியவர்கள் சாந்தோமிலிருந்த போர்ச்சுகீசியர்கள். வேலை வாய்ப்பு மற்றும் பல சலுகைகளை *(30* வருடங்களுக்கு)

பிரிட்டிஷ் கிழக்கிந்திய கம்பெனி தங்களுக்கு வழங்க வேண்டும் என்கிற நிபந்தனையின் பேரில்.

மேலும் சில ஆண்டுகள் கழித்து துர்கராசப்பட்டிணத்தில் இருந்த போர்ச்சுகீசியர்களுக்கும், யுரேசியன்களுக்கும் (யுரேசியன் - ஐரோப்பிய தந்தைக்கும் உள்ளூர் தாய்க்கும் பிறந்தவர்கள். இவர்களை மெஸ்டியாஸ் என்று குறிப்பிடுகின்றன ஆவணங்கள்) கோட்டையை சுற்றி இருக்கும் பகுதிகளில் வந்து குடியேறிக்கொள்ளும்படி அழைப்புவிடுக்கப்பட்டது. அடுத்த ஆண்டிற்குள்ளாக - அதாவது 1641 வாக்கில் – கோட்டையை சுற்றி எழுபது முதல் எண்பது கட்டிடங்கள் இருந்ததாக டச்சு ஆவணம் குறிப்பிடுகிறது. மேலும் 1640 வருடத்தின் முடிவிற்குள்ளாகவே 300 முதல் 400 உள்ளூர் நெசவாளர்களின் குடும்பங்களும் கோட்டைக்கு வெளியே குடியேறியதாக தெரிகிறது.

அது சரி சென்னைப்பட்டிணத்திற்கும் மதராசப்பட்டிணத்திற்கும் அந்த பெயர்கள் எப்படி வந்தன? அடுத்த அத்தியாயத்தில் பார்ப்போம்.

## தொடக்க கால தெருக்கள் 1640 - 1660

கோட்டையை சுற்றி வேக வேகமாக குடியிருப்புகள் வரத் தொடங்கியதும் 1640-ம் வருடத்தின் செப்டம்பர் மாதத்திற்குள்ளாகவே அந்த பகுதியின் மிக முக்கிய கிடங்காக (தொழில் வாய்ப்பாக) மாறிவிட்டிருந்தது பிரிட்டிஷ் கிழக்கிந்திய கம்பெனியின் கோட்டை. சுற்று வட்டார பகுதிகளில் இருந்து வேலை வாய்ப்பை தேடி நூற்றுக் கணக்கில் குடும்பங்கள் இடம் பெறக் கூடி அளவிற்கான வளர்ச்சியை காட்டியது கோட்டைப் பகுதி. கோட்டை இருந்த பகுதியின் பெயர் ஆவணங்கள் தொடங்கி சுற்று வட்டார கிராமங்கள் வரை அதிகமாக உச்சரிக்கப்படும் நிலை. அன்றைய நாட்களில் அந்த பகுதியின் சுற்று வட்டார பகுதிகளாக இருந்த ஊர்களையும் கிராமங்களையும் குறித்து தெரிந்துக்கொள்ள வேண்டியது அவசியம். சாலைகளை குறித்து தெரிந்துக்கொள்ள நமக்கு முதலில் ஊர்களை குறித்துத்தானே தெரிந்தாக வேண்டும்.

வட தமிழகமாக அறியப்பட்ட தொண்டை மண்டலத்தின் தலைநகரமாக இருந்தது காஞ்சிபுரம். காஞ்சிபுரம் பல கோட்டங்களாகவும், கோட்டங்கள் நாடுகளாகவும் பிரிக்கப்பட்டிருந்தது. நாடு என்கிற உட்பிரிவு இன்றைய தாலுக்காக்களுக்கு நிகரானது. அந்த கோட்டங்களில் ஒன்று புழல் கோட்டம். புழல் ஐந்து நாடுகளை உள்ளடக்கியிருந்தது. அவை நாயர், அம்பத்தூர், ஆகுடி (இன்றைய ஆவடியாக இருக்கலாம்), ஆத்தூர் மற்றும் எகுமூர் (எழும்பூர் – இன்றைய எக்மோர்). சென்னைப்பட்டிணமும் மதராசப்பட்டிணமும் நாயர் நாட்டு கிராம பகுதிகளாக இருந்தன. இந்த இரு கிராமங்களுக்கும் வடக்கில் தான்தூர் கிராமமும், வட மேற்கில் பெரம்பூரும், மேற்கில் வேப்பேரி மற்றும் புரசைவாக்கமும், தென் மேற்கில் எழும்பூரும் நுங்கம்பாக்கமும், தெற்கில் திருவல்லிக்கேணி கிராமும் இருந்தன.

இந்த கிராமங்களை சுற்றிலும் விவசாய நிலங்களும், தோப்புகளும் தோட்டங்களும் ஏக்கர் கணக்கில் பரந்து விரிந்து கிடந்தது. திருவல்லிக்கேணிக்கு தெற்கில் மைலாப்பூர் மற்றும் அடையாறு கிராமங்கள் இருந்தன. முன்பே பார்த்ததைப் போல சென்னைப்பட்டிணமும் நரிமேடும் பிரிட்டிஷ் கிழக்கிந்திய கம்பெனிக்கு உரிமமாக கொடுக்கப்பட்டிருந்தது. நரிமேடு இன்றைக்கு எந்த பகுதியை குறிக்கிறது என்று தெளிவாக தெரியவில்லை என்றாலும் இன்றைக்கு பெரிய மருத்துவமனை அமைந்திருக்கும் பகுதியாக இருந்திருக்கலாம் என்று அனுமானிக்கப்படுகிறது.

டேவிடம் கொடுக்கப்பட்ட ஆவணத்தில் சிரி ரங்க ராஜா தெளிவாக சிரி ரங்க ராயப்பட்டிணம் (சென்னைப்பட்டிணம்) என்றும் அதற்கு வடக்கில் மதராசப்பட்டிணம் என்றும் தனித் தனியாக பிரித்து குறிப்பிடுகிறார். சென்னைப்பட்டிணம் என்கிற பெயர் முன்பே அந்த பகுதியிலும் அதை சுற்றியிருந்த பகுதி மக்களிடமும் வழக்கில் இருந்த காரணத்தினாலேயே ராஜா தெளிவாக அந்த பெயரை குறிப்பிட நேர்கிறது. சென்னப்பா (நாம் முன்பே பார்த்த தமர்லா வெங்கடப்பா மற்றும் அய்யப்பா ஆகிய நாயக்கர்களின் தந்தை இவர்) என்பவரிடமிருந்து அந்த பகுதியை கம்பெனி வாங்கியதால் அந்த பகுதிக்கு சென்னைப்பட்டிணம் என்கிற பெயர் வந்தது என்கிற விசயத்தை முதன்முதலில் குறிப்பிடுவது *A Relation of Severall Passages Since the Founding of the Towne of Madrassapatam* என்கிற ஆவணம்.

செயின்ட் ஜார்ஜ் கோட்டையில் இருந்த சேம்பர் என்கிற ஏஜன்ட் சுமார் 1660 வாக்கில் பெங்காலுக்கு எழுதிய ஆவணம் இது. இதில் அவர் சென்னைப்பட்டிணம் பெயர் காரணம் குறித்து குறிப்பிடும் கதை, 1637-ல் டே உரிமத்தை பெற்றுக்கொண்டு மசூலிப்பட்டிணம் திரும்பிய பிறகு இரண்டு வருடங்கள் கழித்து அதாவது 1639-ல் அய்யப்ப நாயக்கர் (தமர்லா வெங்கடப்பாவின் தம்பி) அப்போது துர்கராசப்பட்டிணத்தில் இருந்த டேவிற்கு எழுதிய விண்ணப்பத்தில் தங்களுடைய தந்தையான சென்னப்ப நாயக்கர் பெயரில் பிரிட்டிஷ் கிழக்கிந்திய கம்பெனி ஒரு நகரை நிறுவ வேண்டும் என்றும் அப்படி செய்யும் பட்சத்தில் பல சலுகைகள் தரப்படும் என்றும் கேட்டுக்கொண்டார் என்றும் விவரிக்கிறது.

ஆனால் சென்னைப்பட்டிணம் பெயர் காரணம் கூறும் இந்த ஆவணத்திலிருக்கும் சங்கதி எவ்வளவு தொலைவிற்கு வரலாற்று ரீதியில் ஏற்றுக்கொள்ளப்படத் தக்கது என்பது விவாதத்திற்கு உரியது. இந்த விவாதம் பல நூறு ஆண்டுகளாக தொடர்ந்தபடியும் இருக்கிறது. சென்னா அல்லது சென்னை என்கிற பெயர் அந்த பகுதியில் பல ஆண்டுகளுக்கு முன்பிலிருந்தே மக்களிடையே வழக்கிலிருந்திருக்கிறது. இதற்கான ஆதாரம் சென்ன கேசவப் பெருமாள் ஆலயத்திலிருந்து கிடைக்கிறது. இன்றைக்கு உயர் நீதிமன்றம் இருக்கும் பகுதியில் இருந்திருக்கிறது பழைய சென்ன கேசவப் பெருமாள் ஆலயம். இந்த ஆலயத்தின் ஆவணங்களில் ஒன்று *(1640-களை சேர்ந்த ஆவணம்)* சென்னை என்கிற பெயரை குறிப்பிடுகிறது.

நெய்தல் மற்றும் நெய்தல் நிலம் சார்ந்த ஊர்களை பட்டிணம் என்கிற பின்னோட்டுடன் அழைப்பது தமிழர்களின் வழக்கம் என்பதால் பட்டிணம் என்கிற பெயரை சேர்த்துக்கொண்டு அந்த பகுதி சென்னைப்பட்டிணம் என்று அந்த பகுதி மக்களால் பல ஆண்டுகளாக அடையாளப்படுத்தப்பட்டிருக்க வேண்டும் என்று நிச்சயமாக அனுமானம் செய்யலாம். மேலும் சென்ன அல்லது சென்னை என்கிற பெயர் பதினாறாம் நூற்றாண்டை சேர்ந்த ஒரு புத்தகத்தில் இடம் பெறுகிறது. ஜூவான் கோன்சாலஸ் டி மென்டோசா எழுதிய சீனா *(China)* என்கிற புத்தகத்தில் *(1585-ல் வெளிவந்த புத்தகம்)* சோழ மண்டல கடற்கரை பகுதியில் சீனர்களின் நகரம் ஒன்று இருந்ததாகவும் அது சென்னோஸ் அல்லது சென்னைஸ் என்று அழைக்கப்பட்டதாகவும் சிறு குறிப்பு வருகிறது.

சென்னப்ப நாயகரின் நினைவாக அல்லது அப்படியான அவருடைய புதல்வர்களின் விருப்பப்படி கோட்டை இருந்த பகுதி சென்னைப்பட்டிணம் என்று அழைக்கப்பட்டது என்பதை விட டே அந்த இடத்தை வாங்குவதற்கு முன்பிலிருந்தே அந்த பகுதி மக்களால் சென்னைப்பட்டிணம் என்று அழைக்கப்பட்டிருக்க வேண்டும் என்பதே அதிக பொருத்த முடையதாக தோன்றுகிறது. சென்னைப்பட்டிணத்திற்கு வடக்கில் இருந்தது மதராசப்பட்டிணம் என்பதை முன்பே பார்த்திருக்கிறோம். இனி மதராசப்பட்டிணம் பெயர் காரணம் குறித்து பார்ப்போம்.

மாதரேசன் என்கிற கிருத்தவ மீனவ குடியிருப்பு தலைவரின் பெயர் வழி பெறப்பட்டது மதராசப்பட்டிணம் என்கிற தகவலை தருவது *Memoir on the Internal Revenue System of the Madras Presidency* என்கிற கட்டுரை *(1820-*தை சேர்ந்தது*)*. இதை எழுதியவர் இராமசாமி நாயுடு. தொடக்கத்தில் மாதரேசன் கோட்டை கட்டுவதற்கான இடத்தை விலைக்கு தர முதலில் மறுத்ததாகவும் காரணம் அந்த இடத்தில் அவருடைய வாழைத்தோப்பு இருந்தது என்றும் குறிப்பிடுகிறார் இராமசாமி நாயுடு. மாதரேசனிடம் பேசி டேவிற்கு அந்த இடத்தை வாங்கிக்கொடுத்தது பெரி திம்மப்பா என்கிற தன்னுடைய முன்னோர் என்றும் தொடர்ந்து சொல்கிறார். மாதரேசனை இணங்க செய்ய கோட்டை கட்டியப் பிறகு அந்த இடத்திற்கு மாதரேசப்பட்டிணம் என்பதாக பெயர் வைக்கப்படும் என்றும் மாதரேசனுக்கு திம்மப்பா வாக்கு கொடுத்தார் என்றும் போகிறது அந்த கட்டுரை.

இவர் அதே கட்டுரையில் குறிப்பிடும் மற்ற தகவல்களும் நிகழ்ந்த வரலாற்றுக்கு முற்றிலும் தொடர்பேயில்லாமல் இருப்பதால் மாதரேசன் கதை பெரி திம்மப்பாவின் குடும்ப பெருமை பேசும் இட்டுக்கட்டிய கதை என்கிற அளவிலேயே நின்றுவிடுகிறது. அடுத்தது இஸ்லாமிய கல்விக் கூடங்களான மதராசாக்களின் பெயர் அடிப்படையில் வந்தது என்கிற விவாதம். இதற்கான அடிப்படை யோல் மற்றும் பர்னல் என்கிற ஆராய்ச்சியாளர்களின் அனுமானத்திலிருந்து பெறப்படுகிறது. திருவல்லிக்கேணி கிராமம் இஸ்லாமிய குடியிருப்புகளை கொண்டிருந்ததாலும், புனித ஜார்ஜ் கோட்டையில் மதராசா ஒன்று இருந்தது என்கிற குறிப்பின் அடிப்படையிலும் *(*சார்லஸ் லாக்யர் என்கிற பயணி தன்னுடைய புத்தகத்தில் இதை குறிப்பிடுகிறார்*)* இந்த அனுமானத்திற்கு அவர் வருகிறார்கள். அதாவது மதராசா என்கிற வார்த்தையிலிருந்து மதராசப்பட்டிணம் வந்திருக்கும் வேண்டும் என்கிற அனுமானம்.

இந்த இரண்டு அனுமானங்களும் விவாதங்களுக்கு இடமளிக்க கூடியதாக இருக்கிறது. முதல் அனுமானத்தின் படி பார்த்தாலும் கோட்டையின் தொடக்க காலத்தில் குறைந்த அளவிலேயே திருவல்லிக்கேணி பகுதியில் இஸ்லாமிய குடியிருப்புகள் இருந்திருக்க வேண்டும். அவைகளுக்கு மதராசாப் போன்ற கல்வி நிறுவனங்களை பராமரிக்கும் அளவிற்கான பொருளாதார மற்றும்

கட்டமைப்பு வசதிகள் இருந்திருக்குமா என்பது ஆய்வுகளுக்கு உட்படுத்தப்பட வேண்டிய விசயம். மேலும் ஆற்காடு நவாப் வாலாஜா திருவல்லிக்கேணிக்கு தன்னுடைய இருப்பிடத்தை மாற்றிக்கொண்ட பிறகே அந்த பகுதி கணிசமான இஸ்லாமிய குடியிருப்புகளை பெறுகிறது. இது நடைபெற்றது பதினெட்டாம் நூற்றாண்டுகளின் இறுதி பகுதியில். கல்வி நிறுவனங்களை உருவாக்கி பராமரிப்பதற்கான பொருளாதார கட்டமைப்பு வசதி இந்த காலக்கட்டத்திலேயே அந்த குடியிருப்புகளுக்கு சாத்தியப்பட்டிருக்கும்.

ஆனால் இதற்கு முன்பிலிருந்தே மதராசப்பட்டிணம் என்கிற பெயர் மக்களிடையே புழக்கத்திலிருந்திருக்கிறது என்பதை தொடர்ச்சியாக பார்த்து வருகிறோம். இரண்டாவது அனுமானமான கோட்டைக்குள் மதராசா இருந்தது என்பது அதன் தோற்றத்தால் விளைந்த குழப்பம் காரணமாக ஏற்பட்ட ஒன்றாக இருக்கலாம். இஸ்லாமிய கட்டிக் கலையின் அடையாளமான டூம் அமைப்புடன் கட்டப்பட்ட பிரிட்டிஷ் மருத்துவமனை கட்டிடம் அது. பிற்காலத்தில் பிரிட்டிஷ் கிழக்கிந்திய கம்பெனி ஊழியர்களின் பொது குடியிருப்பு கட்டிடமாக மாற்றப்பட்டிருக்கிறது.

மற்றொரு அனுமானம், சாந்தோமிலிருந்த போர்ச்சுகீசியர்கள் அந்த பகுதியில் கட்டியிருந்த மதர் டே டியூஸ் *(Madre de Deus)* தேவாலயத்தின் வழி மதராஸ் என்கிற பெயர் வந்தது என்பது. கோட்டை கட்டப்பட்ட காலக்கட்டத்திற்கு முன்பு அதாவது *1640*-களுக்கு முன்பு சென்னைப்பட்டிணத்திற்கு வடக்கே போர்ச்சுகீசியர்களின் தேவாலயங்கள் இருந்ததற்கான ஆவணக் குறிப்புகள் ஏதும் இல்லை. மட ராசா என்கிற முட்டாள் தலைவனின் கீழ் அந்த பகுதி இருந்ததால் மடராசா என்கிற பெயர் வந்தது என்கிற அனுமானமும் கூட உண்டு. ஆனால் இது வெறும் கட்டுக் கதை வார்த்தை விளையாட்டு மாத்திரமே.

புனித ஜார்ஜ் கோட்டைக்கு திரும்புவோம். கிடங்கு கட்டப்பட்ட முதல் பத்து ஆண்டுகளுக்குள்ளாக அதன் மக்கள் தொகை *15,000*-த்தை தொட்டுவிட்டிருந்தது. இன்றைய நவீன கார்ப்பரேட் நிறுவனங்கள் காட்டும் அதே வளர்ச்சிதான். வரலாறு என்பது வட்டப்பாதையில் சுற்றும் காலச் சக்கரம்தானே. கோட்டைக்கு

முன்பாக இரு குடியிருப்பு பகுதிகள் உருவெடுத்திருந்தது. ஒன்று வெள்ளையர் நகரம் *(White Town)* மற்றொன்று கருப்பர் நகரம் *(Black Town)*. வெள்ளையர் நகரத்திற்கு கிரிஸ்டியன் டவுன் *(Christian Town)* என்கிற அடையாளப் பெயரும் உண்டு. கோட்டை ஆவணங்கள் *1661* தொடங்கி கிரிஸ்டியன் டவுன் பெயரை பயன்படுத்துகின்றன. கோட்டையை சுற்றி வெள்ளையர் நகரம் சூழ்ந்திருக்க இன்றைய சட்டக் கல்லூரியும், உயர் நீதிமன்ற வளாகமும் இருக்கும் இடத்தில் அமைந்திருந்தது அன்றைய கருப்பர் நகரம். முன்பே பார்த்ததை போல வெள்ளையர் நகரத்தில் பெரும்பான்மையாக பிரிட்டிஷாரும், போர்ச்சுகீசியரும், யூரேசியன்களும் இருக்க சிறிய அளவில் ஜென்டூஸ் *(Gentus)* என்று பிரிட்டிஷார் அழைத்த உள்ளூர் மக்களும் இருந்தார்கள். தெலுங்கு பேசும் மக்களை அப்படித்தான் அழைத்தார்கள் வெள்ளையர்கள். துபாஷிகளாகவும், உள்ளூரில் வணிக செல்வாக்கு பெற்றவர்களாகவும் இருந்த காரணத்தால் வெள்ளையர் நகரத்தில் இவர்கள் சொந்த குடியிருப்புகளை கட்டிக்கொள்ள அனுமதியளிக்கப்பட்டிருந்தது.

கருப்பர் நகரத்தில் உள்ளூர் நெசவாளர்கள் தொடங்கி பல தொழில் வினைஞர்களும், வைர வியாபாரம் செய்த யூதர்களும், பார்சிகளும்

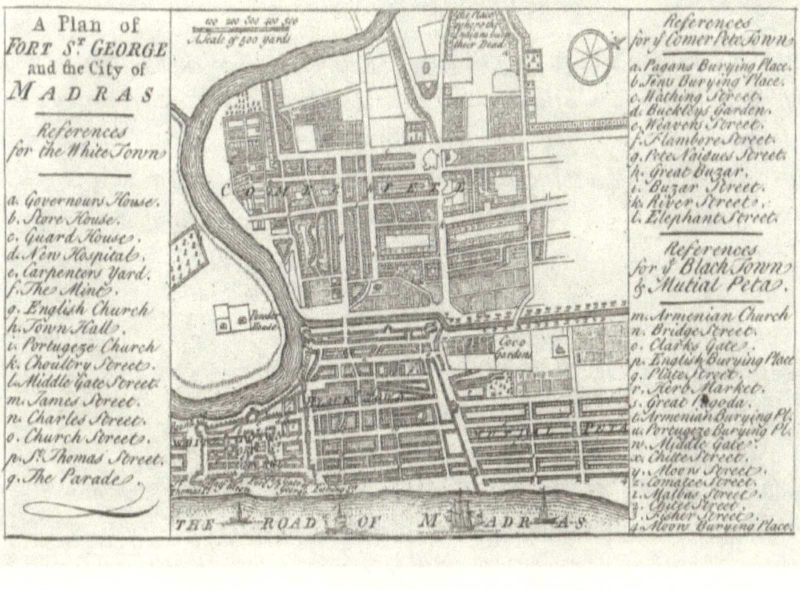


குடியேறியிருந்தார்கள். வெள்ளையர் நகரத்தையும் கருப்பர்

நகரத்தையும் பிரித்தது கிழக்கு மேற்காக ஓடிய தி மார்க்கெட் ஸ்ட்ரீட் *(The Market Street).* தொடக்க காலங்களில் இரு நகரங்களையும் பிரிக்கும் வெளிக் கோட்டை சுவர் கிடையாது. கோட்டை சுவரை ஒட்டி வெள்ளையர் நகரம் இருக்க அதை தொடர்ந்து கருப்பர் நகரம் இருந்தது. மார்க்கெட் ஸ்ட்ரீட்டில் செட்டியார்கள் மற்றும் கோமுட்டி செட்டியார்களின் கடைகள் இருந்திருக்கின்றன. இரு நகரங்களின் அன்றாட தேவைகளும் இந்த கடைகளின் மூலமே பூர்த்தி செய்யப்பட்டிருக்கிறது. வெள்ளையர்கள், போர்ச்சுகீசியர்கள், யூரேசியன்கள், உள்ளூர் மக்கள் என்று மாலை பொழுதுகளில் மார்க்கெட் தெரு களைகட்டியிருந்திருக்கும்.

வெள்ளையர் நகரிலிருந்து மார்க்கெட் தெருவுடன் வந்து இணைந்த தொடக்க கால தெருக்கள் சவுல்டிரி தெருவும் *(Choultry Street),* மிடில் கேட் தெருவும் *(Middle Gate Street).* இவை இரண்டும் அதே பெயரில் கருப்பர் நகரிலும் தெற்கு வடக்காக ஓடியது. கருப்பர் நகரில் இருந்த மிடில் கேட் தெருவிற்கு கிழக்கில் அடுத்த தெருவாக ஓடியது செட்டி தெரு. *(Chetty Street).* செட்டி தெருவிற்கு அடுத்து சரி நிகராக ஓடியது மூர்ஸ் தெரு *(Moore's Street).* இந்த தெருவில் ஒரு மசூதியும் இருந்திருக்கிறது. பிரிட்டிஷ் கிழக்கிந்திய கம்பெனி உருவாக்கிய புதிய மதராசப்பட்டிணத்தின் முதல் மசூதி இதுவாக இருக்கலாம்.

சவுல்டிரி தெருவுடன் குறுக்காக மேற்கிலிருந்து வந்து இணைந்த தெருக்கள் பிளேட் தெருவும் *(Plate Street),* ஹெர்ப் மார்க்கெட் தெருவும் *(Herb Market Street).* இவைகளுக்கு மேற்கில் அடுத்த தெருவாக இருந்தது பிரிட்ஜ் தெரு *(Bridge Street).* இந்த தெருவின் வடக்கு முக்கில் வெள்ளையர்களின் கல்லறையும் தெற்கில் ஆர்மீனியன் தேவாலயமும் இருந்தன. இதுதான் கோட்டையின் தொடக்க நாட்கள். டேவும் கோகனும் வடிவமைத்திருந்த நகர வரைப்படம் இப்போது கிடைக்கவில்லை. சுமார் அறுபது வருட பழைய வரைப்படம் *(தாமஸ் பிட் வரைந்தது)* ஒன்றிலிருந்தே அதை மீட்டுருவாக்கம் செய்ய வேண்டியிருக்கிறது.

பொதுவாக கோட்டையும் அதை சுற்றியிருந்த இரு நகரங்களும் காண்பவரை கவரும்படியே இருந்திருக்கிறது. கோட்டையின் ஆரம்ப நாட்களில் அங்கு வந்துபோன அனைத்து ஐரோப்பிய பயணிகளின் குறிப்புகளிலும் இதை தவறாமல் பார்க்க

முடியும். வெள்ளையர் நகர தெருக்கள் அளவில் சற்று சிறிதாக கற்களைக்கொண்டு பாவப்பட்டிருந்தது. கருப்பர் நகர தெருக்கள் கற்களால் பாவப்பட்டிருக்கவில்லை என்றாலும் அளவில் பெரிதாக அகன்று இருந்திருக்கின்றன. தெருக்களின் இரு புறமும் குடியிருப்பு கட்டிங்களுக்கு முன்பு அங்கங்கே மரங்களும் வளர்க்கப்பட்டு கண்களுக்கு இனிமையை கூட்டியிருக்கிறது.

இரு நகரங்களிலும் தோட்டங்களும் இருந்தன. உதாரணமாக தியாகப்ப செட்டி தோட்டத்தை சொல்லலாம். கருப்பர் நகரில் இருந்த ஆங்கிலேயர்களின் கல்லறைக்கு அருகில் இது இருந்திருக்கிறது. ஒரு புறம் கண்ணுக்கு எட்டிய தொலைவில் கடல் மற்றொரு புறம் ஆறு, இடையில் தோட்டங்களும், மரங்களும் கொண்ட அகன்ற நீண்ட தெருக்கள் என்றால் ரம்மியத்திற்கு குறைவு ஏது. நகரின் அழகை இரசிக்க வெளிநாட்டினர் மாத்திரமல்ல நரிகளும் கூட வந்திருக்கின்றன. கோட்டை நுழைவாயிலுக்கு அருகிலும் தெருக்களிலும் நரிகள் சுற்றி திரிந்திருக்கின்றன. நுழை வாயிலுக்கு அருகில் வந்து நரி ஒன்று எட்டிப் பார்த்ததாக ஒரு பயணியின் குறிப்பும் இருக்கிறது.

தமிழிலில் காரணப்பெயர்களுக்கு பஞ்சம் கிடையாதுதானே. முன்பே பார்த்ததைப் போல நகரின் வட மேற்கில் நரிமேடு என்கிற பகுதி இருந்திருக்கிறது. சிறிய அளவில் அடர்ந்த மரங்களைக் கொண்ட மேட்டு நிலப்பகுதியாக நரிகளின் உறைவிடமாக அந்த பகுதி இருந்திருக்க வேண்டும். அதன் காரணமாகவே அதற்கு நரிமேடு என்கிற காரணப்பெயர் அமைந்திருக்கும். அக்கம் பக்கம் கிராம குடியிருப்புகளில் இருந்த கால் நடைகளை நம்பி தலைமுறைகளுக்கு நரிகளின் பிழைப்பு ஓடியிருக்கும். போதா குறைக்கு கடலும் வேறு பக்கத்தில்தான். மீன்களுக்கும், கருவாடுகளுக்கும் பஞ்சம் இருந்திருக்காது அவைகளுக்கு. கோட்டையின் உருவாக்கமும் அதன் சலசலப்புகளும் நரிமேடு நரிகளின் கவனத்தை இழுத்திருக்கும்.

ஆனால் அவை அப்போது அறிந்திருக்காது அவைகளின் இருப்பு கூடிய சீக்கிரத்தில் முற்றிலுமாக வேரறுக்கப்பட்டுவிடும் என்று. அறுக்கவும் பட்டது. தாமஸ் பிட்டின் (இவர் வரைந்த வரைபடத்தைக்கொண்டுதான் தொடக்க கால

மதராசப்பட்டிணத்தின் தெருக்களை நாம் மீட்டுருவாக்கம் செய்துகொண்டிருக்கிறோம்) காலத்திற்கு முன்பே நரிகள் முற்றிலும் இல்லாமல் ஒழிந்து அவை இருந்த நரிமேடும் அடையாளம் தெரியாத பகுதியாக மாறிவிட்டிருந்தது.

பத்தாண்டுகளுக்குள்ளாக பல ஆயிரக்கணக்கில் தன் பக்கம் மக்களை ஈர்த்து வேகமாக வளரும் ஒரு நகரம் சுற்றியிருக்கும் பகுதிகளை கபளீகரம் செய்யத்தானே செய்யும். அதுதானே வளர்ச்சி. இந்த வளர்ச்சிக்கு ஈடுகொடுக்க முடியாத சாமானியர்களும், விலங்குகளும் விளிம்பு நிலைக்குத் தள்ளப்பட்டு அழிக்கப்படத்தானே வேண்டும். அதுதானே காலம் காலமாக வளர்ச்சி நமக்கு எடுக்கும் பாடம். போகட்டும். நகருக்கு திரும்புவோம். கோட்டை பகுதியில் குடியிருப்புகளை வேகமாக வளர்த்தெடுக்க ஆங்கிலேயர்களுக்கு உதவியாக இருந்தது பெர்ரி திம்மண்ணா. ஆங்கிலேயர்களின் வருகைக்கு முன்பிலிருந்தே அந்த பகுதியில் செல்வாக்கு மிகுந்த வணிகராக இருந்தவர். சாந்தோமிலிருந்த போர்ச்சுகீசிய அலுவலர்கள் மத்தியிலும் இவருக்கு செல்வாக்கும் சொல்வாக்கும் அதிகம்.

டே, 1637-ல் கோட்டை கட்டுவதற்கான இடம் தேடி சாந்தோம் வந்திறங்கியபோது போர்ச்சுகீசியர்கள் பெர்ரி திம்மண்ணாவை அவருக்கு அறிமுகம் செய்து வைத்தார்கள். சிரி ரங்க ராஜா நான்கு ஊர்களை (பகுதிகளை) பிரிட்டிஷ் கிழக்கிந்திய கம்பெனி கோட்டையும் குடியிருப்பும் அமைத்துக்கொள்வதற்கான இடங்களாக தருகிறார். அவை சென்னைப்பட்டிணம், மதராசப்பட்டிணம், ஆறுகுப்பம் மற்றும் மேல்பேட். இன்றைக்கு கூவம் ஆறு கடலில் கலக்கும் முகத்துவாரப் பகுதியை ஒட்டி வடக்கில் அமைந்திருந்தது ஆறுகுப்பம். இது காலம் காலமாக இருந்த வந்த உள்ளூர் மீனவ கிராமம். மேல்பேட் எங்கிருந்தது என்பது சரியாக தெரியவில்லை என்றாலும் இன்றைய சென்டிரல் மூர் மார்க்கெட் அமைந்திருக்கும் பகுதிக்கு வடக்கில் அது இருந்திருக்கவேண்டும் என்று பிற்கால வரைபடங்களின் வழி அனுமானிக்க முடிகிறது.

தொடக்கத்தில் சென்னைப்பட்டிணம் மற்றும் ஆறுகுப்பம் பகுதிகளில் மாத்திரமே பிரிட்டிஷ் கிழக்கிந்திய கம்பெனியின்

குடியிருப்பு நடவடிக்கைகள் அதிகளவில் மேற்கொள்ளப்பட்டது. (தொடக்க நாட்கள் முதலே ஆங்கிலேயர்கள் சென்னைப்பட்டிணம் என்கிற பெயரை மதராசப்பட்டிணம் என்று மாற்றி குறிப்பிட்டு வந்தார்கள் என்பதை நினைவில் கொள்ள வேண்டும். சென்னைப்பட்டிணம் வேறு அதற்கு வடக்கில் இருந்த மதராசப்பட்டிணம் வேறு என்பதையும், சென்னைப்பட்டிணம் என்கிற பெயரே பிற்காலத்தில் மதராசப்பட்டிணம் என்று மாறிவிட்டதாக குறிப்பிடப்படுவது தவறு என்பதையும் கவனத்தில் இருத்திக்கொள்ள வேண்டும்).

தங்களின் பகுதியில் உள்ளூர் வணிகர் மற்றும் தொழிலாளர்களின் குடியிருப்புகளை உருவாக்கும் பொறுப்பை பெர்ரி திம்மண்ணாவிடம் கொடுத்தது கோட்டை நிர்வாகம். சென்னைப்பட்டிணம் ஏஜன்ட்களில் ஒருவராகவும் நியமித்து கம்பெனி சார்பில் உள்ளூர் உற்பத்தியாளர்கள் மற்றும் வணிகர்களுடன் தொழில் செய்யும் சலுகையும் கொடுக்கப்பட்டிருந்தது. உள்ளூர் மக்களுக்கான தலைவராகவும் அவருக்கு அதிகாரம் கொடுக்கப்பட்டிருந்தது. இவருக்கு வெள்ளையர் நகரில் வீடும் இருந்திருக்க வேண்டும். முக்கிய மற்றும் உயர் பொறுப்பில் இருந்த உள்ளூர் அலுவலர்களுக்கு தங்களுக்கு இணையாக தங்களின் நகரில் வீடு கட்டிக்கொள்ளும் உரிமையை ஆங்கிலேயர்கள் கொடுத்திருந்தார்கள் என்கிற உண்மையின் அடிப்படையில் துணிந்து இந்த அனுமானத்தை முன் வைக்கலாம்.

மதராசப்பட்டிணம் பெயர் காரணம் குறித்து மாதரேசன் கதையை குறிப்பிட்ட இராமசாமி நாயுடு தன்னுடைய முன்னோராக சொல்லும் பெர்ரி திம்மப்பாவிற்கும் நாம் இப்போது பார்த்துக்கொண்டிருக்கும் பெர்ரி திம்மண்ணாவிற்கும் எத்தகைய தொடர்பும் இல்லை. எந்த வகையில் தொடர்பு இல்லை என்பதை பிறகு பார்ப்போம். ஆங்கிலேயர் ஒருபுறமும், பெர்ரி திம்மண்ணா மறுபுறமும் கோட்டை பகுதியில் மக்கள் வந்து வீடுகள் கட்டி குடியேற வேக வேகமாக செயல்பட்டார்கள். அப்படி வரும் மக்களுக்கு தேவையான நிலங்களை (கருப்பர் நகரில்) ‘பிளாட்’ போட்டு பிரித்து தரும் அதிகாரமும் கூட பெர்ரி திம்மண்ணாவிற்கு கொடுக்கப்பட்டிருந்தது.

சவுல்டிரி தெரு, கருப்பர் நகரம்

தொலைவில் கோட்டையின் பிரதான மேற்கு நுழைவாயிலான சவுல்டிரி நுழைவாயிலையும் அதற்கு உள்ளே வெள்ளையர் நகர கட்டிடம் ஒன்றையும் காண முடியும்.

நன்றி பிரிட்டிஷ் லைப்ரரி

வெள்ளையர் நகரம் - செயின்ட் தாமஸ் தெரு

நன்றி: பிரிட்டிஷ் லைப்ரரி

கருப்பர் நகரம்

நன்றி: பிரிட்டிஷ் லைப்ரரி

கவர்மெண்ட் இல்லம் - புனித ஜார்ஜ் கோட்டை

பிரதான மேற்கு நுழைவாயில் (*West Gate*) - புனித ஜார்ஜ் கோட்டை
எழும்பூர் ஆறு

நன்றி: பிரிட்டிஷ் லைப்ரரி

கவர்மெண்ட் இல்லம் மற்றும் சேம்பர் கவுன்சில்

நன்றி: பிரிட்டிஷ் லைப்ரரி

*Fort Square* - புனித ஜார்ஜ் கோட்டை

நன்றி: பிரிட்டிஷ் லைப்ரரி

கருப்பர் நகரம் மேற்கு பகுதி

நன்றி: பிரிட்டிஷ் லைப்ரரி

கருப்பர் நகரம் - சென்னகேசவப் பெருமாள் கோயில்

நன்றி: பிரிட்டிஷ் லைப்ரரி

வெள்ளையர் நகரத்திற்கு தெற்கே - செயின்ட் தாமஸ் மேம்பாலம்
சேந்தோமிற்கு செல்லும் பாதை

நன்றி: பிரிட்டிஷ் லைப்ரரி

படு வேகமாக வளர்ந்து வந்த ஒரு நகரில் சண்டை சச்சரவுகளுக்கு பஞ்சமில்லாமலா போய்விடும். அது தொடங்கியது. அதுவும் தெருவுடன் தொடர்புடைய சச்சரவாகவே அது அமைந்திருந்தது. அது பற்றி பார்ப்பதற்கு முன்பு மற்றொரு விசயத்தை குறித்து நாம் தெரிந்துக்கொள்ள வேண்டியிருக்கிறது. அது தொடக்க கால சென்னைப்பட்டிணத்தில் இருந்த கோயில்கள் தொடர்பானது. கோட்டை கட்டுவதற்காக சென்னைப்பட்டிணத்தை ஆங்கிலேயர்கள் வாங்கியபோது அந்த இடத்தில் கோயில்கள் ஏதும் இருக்கவில்லை. தெற்கிலிருந்த திருவல்லிக்கேணி கிராமத்திற்கு அருகில் பார்த்தசாரதி கோயில் மாத்திரமே இருந்தது. இந்த கோயில் பல்லவ பேரரசு காலக்கட்டத்தில் கட்டப்பட்டது. அதை தொடர்ந்து பிற்கால சோழர்கள் மற்றும் விஜயநகர பேரரசுகள் காலக்கட்டத்தில் தொடர்ச்சியாக பராமரிக்கவும் பட்டு வந்தது.

கோயில் இல்லா ஊரில் குடியிருக்க கூடாது என்கிற நம்முடைய முதுமொழிக்கு ஏற்ப வேக வேகமாக வளர்ந்து வந்துகொண்டிருந்த கருப்பர் நகரில் மக்களின் தேவைக்காக ஒரு கோயில் கட்டப்பட்டது. அதை கட்டியது நாம் பார்த்துக்கொண்டிருக்கும் பெர்ரி திம்மண்ணா. அந்த கோயிலின் பெயர் சென்னகேசவப் பெருமாள் கோயில். சரியாக எந்த ஆண்டு இந்த கோயில் கட்டப்பட்டது என்பது தெரியாவிட்டாலும் 1645-களுக்கு உள்ளாகவே கட்டப்பட்டிருக்கவேண்டும் என்பது மாத்திரம் ஆவணங்களின் வழி உறுதியாக தெரிகிறது. ஏனெனில் 1646-ல் நாகப்பட்டன் என்பவர் இந்த கோயிலுக்கு காணிக்கை கொடுத்திருப்பது ஆவணங்களின் வழி தெரிகிறது.

துர்கராசபட்டிணத்திலிருந்து டேவுடன் வந்த ஆங்கிலேய குடியேற்றக்காரர்களில் நாகப்பட்டனும் ஒருவர். துப்பாக்கி ரவை தயாரிப்பவர். பிற்பாடு சென்னைப்பட்டிணத்தின் ஏஜன்ட்களில் ஒருவராக நியமிக்கப்பட்டவர். அதேப்போல 1648-ல் பெர்ரி திம்மண்ணா மற்றொரு மானியத்தை அந்த கோயிலுக்கு வழங்கியது அதே ஆவணத்தில் குறிப்பிடப்பட்டிருக்கிறது. கருப்பர் நகர மிடில் கேட் தெருவின் வடக்கு முக்கில் சென்னகேசவ பெருமாள் இருந்திருக்கலாம் என்று தெரிகிறது.

# முதல் சச்சரவு – *1652*

பிரசிடென்ட் பேக்கர், ஏஜன்ட் கிரீன்ஹில், ஏஜன்ட் குர்னே, கோனேரி செட்டி மற்றும் சேசாத்திரி நாயக் ஆகியவர்களின் முன்னிலையில் தெருக்கள் தொடர்பான பிரச்சனை இந்த நாளில் முடித்து வைக்கப்படுகிறது என்று தொடங்குகிறது அந்த ஆவணம். அதன் பெயர் *Award in Caste Dispute of 1652*. இது ஒரே சமூகத்தின் இரு பிரிவினர்களுக்கு இடையில் ஏற்பட்ட சச்சரவு. எங்கள் தெரு என்றில்லாமல் நகரின் எந்த தெருவிலும் திருமண சடங்கின்போது குதிரையின் மீது அமர்ந்து ஊர்வலமாக செல்ல அவர்களுக்கு உரிமைக் கிடையாது என்று ஒரு தரப்பு சொல்ல அப்படி சொல்ல அவர்களுக்கு உரிமை கிடையாது என்று மற்றொரு தரப்பு மல்லுக்கட்டியது.

உரிமை கிடையாது என்று மறுத்த தரப்பிற்கு ஆதரவாக சில சமூகங்களும், உரிமை இருக்கிறது என்று எகிறிய தரப்பிற்கு ஆதரவாக சில சமூகங்களும் அவர்களுக்கு பின்னால் திரண்டன. பிரச்சனை பெரிய அளவில் வெடித்தது *1652* நவம்பர் மாதத்தில். சில நாட்களில் ஓய்ந்துவிட்டதைப் போல தோன்றினாலும் அதற்கு அடுத்த வருட ஜனவரியில் *(1653)* மீண்டும் பிரச்சனை தொடங்கி கட்டுப்படுத்த முடியாத அளவிற்கு சென்றது. இந்த பிரச்சனையை எப்படி கட்டுப்படுத்துவது என்று புரியாமல் தெரியாமல் கம்பெனி நிர்வாகம் திணறியது.

உண்மையில் பிரச்சனை இந்த இரு சமூகத்துக்குமான தெரு உரிமைகள் சார்ந்தது கிடையாது. இரு அதிகார மையங்களுக்கு இடையிலான நீயா நானா போட்டியே இறுதியில் இரு சமூகங்களுக்கு இடையிலான பிரச்சனையாக மாற்றப்பட்டு இறுதியில் சென்னைப்பட்டிணத் தெருக்களின் தலையில் வந்து விடிந்தது. இரு அதிகார மையங்களுக்கு உரிமையானவர்கள் சேசாத்திரி நாயக்கும், வெங்கடாவும். புனித ஜார்ஜ் கோட்டை

நிறுவப்பட்டபோது கம்பெனியின் அதிகார பூர்வ உள்ளூர் தலைமை வணிகராக நியமிக்கப்பட்டவர் சேசாத்திரி நாயக். உச்ச அதிகாரம் மிக்க பதவி. தொழிலில் அவருக்கு துணையாக இருந்தவர் கோனேரி செட்டி. இது கோகன் கோட்டையின் தலைமை பொறுப்பில் *(1640 - 1643)* இருந்தபோது நடந்தது.

இருவரும் திறமையாக செயல்பட்டார்கள் என்றாலும் கம்பெனிக்கு நிறைய கடன்பட்டுப்போனார்கள். இருந்தது உச்ச அதிகாரம் மிக்க பதவியில் ஆனால் மிச்சமானது என்னவோ கடன்தான். இருவரின் செல்வாக்கும் சரியத் தொடங்கியது. தாமஸ் ஐவி கோட்டையின் தலைமை ஏஜன்ட் *(1644 – 1648)* பொறுப்பிற்கு வந்த பிறகு வெங்கடா மற்றொரு உள்ளூர் தலைமை வணிகராக கொண்டுவரப்பட்டார். இது ஏற்கனவே கடனில் தத்தளித்துக்கொண்டு சரியாக செயல்பட முடியாமல் இருந்த சேசாதிரி தரப்பிற்கு தலைவலியானது. இரு அதிகார மையங்களும் முட்டிக்கொள்ள தொடங்கின. முட்டலும் மோதலும் நீர் பூத்த நெருப்பாக இருந்தது.

ஐவி சென்று தாமஸ் கிரீன்ஹில் கோட்டையின் தலைமை ஏஜன்டாக *(1648 – 1652)* வந்த பிறகு அதிர்ஷ்ட சக்கரம் மீண்டும் சேசாத்திரி பக்கமாக திரும்பியது. சேசாதிரிக்கு அதிக ஒப்பந்தங்கள் தரப்பட்டன. கிரீன்ஹில்லும் மற்றொரு ஆங்கிலேய ஏஜன்டான குர்னேவும் சேசாத்திரி & கோவுடன் சேர்ந்துகொண்டு ஊழலில் ஈடுபட்டதாகவும் தெரிகிறது. இப்படி கோடி கோடியாக இங்கே அடித்துவிட்டு பிற்பாடு இங்கிலாந்துக்கு சென்று அரண்மனை, தோட்டம், பண்ணை என்று பல தலைமுறைகள் தாங்கும் அளவிற்கு சொத்துகளை வாங்கிப்போட்டு 'செட்டில்' ஆன ஆங்கிலேய ஏஜன்ட்களின் கதை ஏராளம். கையில் விளையாடிய பெரும் பணத்தின் காரணமாக பட்டம் பதவிகளெல்லாம் அவர்களை தேடி வந்திருக்கின்றன.

தனியாக குறுக்கு சால் ஓட்டிய ஏஜன்ட்களாலேயே கோடி கோடியா சொத்து வாங்கிப்போட முடிந்திருக்கிறது என்றால் பிரிட்டிஷ் கிழக்கிந்தியகம்பெனி பங்குதாரர்களின்சம்பாத்தியம்எவ்வளவிற்கு பெரியதாக இருந்திருக்கும் என்பதை நினைக்கையில் இன்றைய கார்ப்பரேட்கள் எல்லாம் ஒன்றுமேயில்லை என்பதுபோல இருக்கிறது. தங்களின் கையாட்களின் மூலம் பல உள்ளூர் 'ஷெல்'

கொள்முதல் நிலையங்களை திறந்து மிக குறைந்த விலைக்கு மூலப்பொருட்களையும் உற்பத்தி பொருட்களையும் வாங்கி பிரிட்டிஷ் கிழக்கிந்திய கம்பெனிக்கு சற்று அதிக விலை வைத்து விற்றும், இங்கிலாந்தில் உற்பத்தி ஆகிவரும் பொருட்களை உள்ளூர் சந்தையில் அதிக விலைக்கு விற்றும் ஆங்கிலேய ஏஜன்ட்கள் ஊழல் செய்தார்கள். இது போதாது என்று உள்ளூர் ஆட்சியாளர்களுக்கு இராணுவ உதவி செய்கிறேன் என்கிற பெயரில் அரசியல் செய்து அதன் மூலம் வந்த வருமானத்தில் செய்த ஊழல் தனி.

பிரிட்டிஷ் கிழக்கிந்திய கம்பெனி மாதாமாதம் வழங்கிய சம்பளத் தொகையை விட ஊழல் மூலம் அடிக்க கூடிய கிம்பளத் தொகைக்கு ஆசைப்பட்டே இங்கிலாந்தில் பலர் கம்பெனி வேலைக்கு போட்டிபோட்டார்கள். கிரீன்ஹில் & கோவும், சேசாத்திரி & கோவும் இந்த வகையில் புகுந்து விளையாடியதாக தெரிகிறது. ஆடும் வரை ஆடி சேர்க்கும் வரை சேர்த்துவிட்டு கிரீன்ஹில் பதவியில் இருந்து இறங்க ஆரோன் பேக்கர் பிரசிடெண்ட்டாக கோட்டைக்கு வந்து அமர்ந்தார். பேக்கர் வந்த ஒரு சில மாதங்களுக்குள்ளாகவே கருப்பர் நகரில் தெருப் பிரச்சனை வெடித்தது. பிரச்சனையை தூண்டியதாக பிற்பாடு சேசாத்திரி நாயக் மீது குற்றம்சாட்டப்பட்டது.

பிரச்சனை ஏன் கிளம்பியது என்பது இந்நேரத்திற்கு புரிந்திருக்கும்தானே. தங்களின் ஊழல்கள் குறித்து வெங்கடா நிச்சயம் புதிய பிரசிடெண்ட்டிடம் புகார் தெரிவிப்பார் என்பதை வெள்ளிடை மலையாக தெரிந்து வைத்திருந்த சேசாத்திரி அதிலிருந்து தப்பிக்கும் விதமாக இரு சமூகத்திற்கு இடையிலான உரசலை இழுத்து தெருவில் விட்டார். உரசலை முடிவிற்கு கொண்டுவரும் விதமாக பேக்கர் ஒரு தீர்வை முன்வைத்தார். சவுல்டிரி தெருவிற்கு மேற்கிலிருக்கும் தெருக்கள் அனைத்தும் ஒரு பிரிவினருக்கு என்றும் மிடில் கேட் தெருவிற்கு கிழக்கில் இருக்கும் தெருக்கள் அனைத்தும் மற்றொரு பிரிவினரின் செயல்பாடுகளுக்கு என்றும் பிரித்து ஒதுக்கியது அந்த தீர்மானம். அதேப்போல மார்க்கெட் தெருவும் சரிபாதியாக பிரிக்கப்பட்டு இரு பிரிவினருக்கும் ஒதுக்கப்பட்டது.

மேலும் ஒரு பிரிவினரின் தெருக்களுக்குள் மற்றொரு பிரிவினர் நுழையக் கூடாது என்றும் தடை கொண்டு வந்தது. அப்படி

மீறி செயல்படுபவர்கள் ஆயிரம் பக்கோடாக்களில் அபராதம் கட்டவேண்டும் என்றும் தீர்மானம் சொன்னது. இந்த தீர்மானத்தை ஏற்றுக்கொண்டுதான் நாம் இந்த அத்தியாயத்தின் தொடக்கத்தில் பார்த்த அனைவரும் ஆவணத்தில் கையெழுத்திட்டிருந்தார்கள். கையெழுத்திடப்பட்ட தேதி நவம்பர் *5, 1652*. பிரச்சனை தானாக வந்திருந்தால்தானே இந்த தீர்மானத்தை ஏற்றுக்கொண்டு இரு பிரிவினரும் சமாதானமாக போக. அடுத்த ஆண்டு பிறந்ததுமே *(1653* ஜனவரி*)* பிரச்சனை மீண்டும் தலை தூக்கியது. இம்முறை படு மோசமாக. சேசாத்திரி தரப்பு நூற்றுக்கும் மேற்பட்ட அடியாட்களை இரவோடு இரவாக நகருக்குள் இறக்கி எதிர் தரப்பினரின் வீடுகளையும் பொருட்களையும் சூறையாடியது.

எதிர் தரப்பினரும் பதிலுக்கு பதில் செய்ய கருப்பர் நகரமே போர் களமானது. ஆங்கிலேய நிர்வாகத்திற்கு என்ன செய்வது என்றே தெரியவில்லை. அவர்களின் கைகளில் நகரின் பாதுகாப்பிற்கு என்று இருந்தவர்கள் ஆயுதமேந்திய *26* வீரர்கள் மாத்திரமே. கண்ணெதிரே நிகழும் சம்பவங்களை வேடிக்கை மாத்திரமே பார்த்துக்கொண்டு நின்றிருந்தார்கள் அவர்கள். இறுதியில் மக்கள் நகரைவிட்டு வெளியேற பிரச்சனை முடிவிற்கு வந்தது. பிரச்சனைகளுக்கு காரணமான சேசாத்திரி நாயக் கைது செய்யப்பட்டு கோட்டையில் சிறை வைக்கப்பட்டார்.

எந்த ஊழல் புகாரை திசை திருப்ப அவர் இந்த பிரச்சனைகளை கிளப்பிவிட்டாரோ அந்த புகாரும் இதனுடன் சேர்ந்துகொண்டது. கூடவே பெர்ரி திம்மண்ணாவின் பெயரும் ஊழல் குற்றச்சாட்டு பட்டியலில் சேர்க்கப்பட்டிருந்தது. திம்மண்ணாவும் கோட்டைக்குள் முடக்கப்பட்டு *1500* பக்கோடாக்களை கம்பெனியின் கஜானாவிற்கு செலுத்தும்படி ஆணையிடப்பட்டார். அதே தொகை வெங்கடாவிடமிருந்தும் வசூல் செய்யப்பட்டது. இந்த சமயத்தில் கிரீன்ஹில் வெங்கடா மீது குற்றச்சாட்டுகளை அடுக்கினார்.

கோட்டைக்குள் பெரும் கலவரத்தை தூண்டிவிடும் வகையில் நவாபின் *(*கோல்கொண்டா*)* அதிகாரிகளுடன் சேர்ந்துகொண்டு வெங்கடா செயல்பட்டதாகவும், இதன் மூலம் பிரிட்டிஷ் கிழக்கிந்திய கம்பெனிக்கு பெரும் நட்டத்தை ஏற்படுத்தி

கோட்டையை அந்த பகுதியில் இருந்து காலி செய்ய திட்டம் போட்டார் என்றும், வெங்கடாவின் தம்பி கண்ணப்பா சிறுவர்களை கடத்தி அடிமை வணிகத்திற்கு விற்பனை செய்தார் என்றும் போட்டு தாக்கினார். இந்த குற்றச்சாட்டுகளில் எவ்வளவு தொலைவு உண்மை இருக்கிறது என்பது தெரியவில்லை.

ஆனால் இந்த குற்றச்சாட்டில் ஒரு முக்கிய விசயத்தை போகிற போக்கில் சொல்லி செல்கிறார் கிரீன்ஹில். அது அடிமை வணிகம். ஐரோப்பியர்கள் தென்னிந்தியாவிற்கான கடல் வழியை கண்டுபிடித்த பிறகு சாபக்கேடாக வந்த விசயங்களில் ஒன்று அடிமை வணிகம். இதற்கு முதலில் பலியானது மேற்கு மற்றும் கிழக்கு கடற்கரை ஆப்பிரிக்க நாடுகளின் மக்கள். அடுத்தது மலபார் என்று அழைக்கப்பட்ட சோழ மண்டல கடற்கரைப் பகுதி மக்கள். ஆப்பிரிக்க மக்கள் அடிமைகளாக பிடிக்கப்பட்டு பெரும் பான்மையாக வட அமெரிக்காவிலும், சோழ மண்டல கடற்கரை பகுதி மக்கள் கடத்தப்பட்டு பெரும்பான்மையாக கரீபியன் தீவுகள் மற்றும் ஆப்பிரிக்காவிலும் விற்கப்பட்டார்கள்.

சென்னைப்பட்டிணமும் இதற்கு விதிவிலக்காக இருந்திருக்கவில்லை. அடிமை வணிகம் கனஜோராக நடந்திருக்கிறது. அடிமை வணிகத்தில் டச்சு கம்பெனி கொடி கட்டிப் பறந்தது. இந்த வணிகத்திலும் தாமதமாக வந்து இணைந்த பிரிட்டிஷ் கிழக்கிந்திய கம்பெனி அந்த கொடியை பறித்து தனதாக்கிக்கொண்டது. ஆப்பிரிக்க மற்றும் கிழக்கு கடற்கரை பகுதிகளில் நடைபெற்ற ஒட்டுமொத்த அடிமை வணிகத்தில் 70% பங்கு பிரிட்டிஷ் கிழக்கிந்திய கம்பெனியின் கைகளிலேயே இருந்தது. இந்த வணிகத்தில் பிரிட்டிஷ் கிழக்கிந்திய கம்பெனி 1640 தொடங்கி 1807 வரை சுமார் ஒன்றரை நூற்றாண்டுகளுக்கு தனிகாட்டு ராஜ்ஜியம் நடத்தியது.

அடிமை வணிகத்திற்கு உரிமம் கொடுத்து வெளிப்படையாக நடத்தாவிட்டாலும் ஊர் அறிந்த இரகசியமாக அதை செய்துகொண்டிருந்தது பிரிட்டிஷ் கிழக்கிந்திய கம்பெனி. குழந்தைகளை கடத்தி அடிமைகளாக விற்பனை செய்வது மாத்திரமே தடை செய்யப்பட்டிருந்தது. இதைத்தான் கிரீன்ஹில் குறிப்பிடுகிறார். இப்போது பேக்கருக்கும் கிரீன்ஹில்லும்

இடையில் பிரச்சனை தொடங்கியது. கோட்டையில் இருந்த ஆங்கிலேய அதிகாரிகள் பேக்கருக்கு ஆதரவு, கிரீன்ஹில்லுக்கு ஆதரவு என்று இரு பிரிவுகளாக பிரிந்து நின்று உள் குத்து அரசியலை நடத்தினார்கள். பேக்கர் இங்கிலாந்திற்கு திரும்பி, கிரீன்ஹில் மீண்டும் கோட்டையின் தலைமை ஏஜன்டாக நியமிக்கப்பட்ட பிறகே இது ஒரு முடிவிற்கு வந்தது.

உள்ளூர் வணிகர்களாகவும், பல மொழி பேசுவதில் திறமைப் படைத்தவர்களாகவும் இருந்த சிலர் மதராசப்பட்டிணம் உருவான காலம் தொட்டே உச்ச அதிகாரங்களை பெற்றிருக்கிறார்கள். உள்ளூர் மக்கள் மத்தியில் ஆங்கிலேய தலைமை ஏஜன்ட் மற்றும் பிரசிடெண்ட்களுக்கு நிகரான அதிகாரங்களை அவர்கள் செலுத்தியிருக்கிறார்கள். பல மொழிகளை பேசும் திறமை ஒன்றே இவர்களுக்கு கம்பெனியின் தலைமை வணிகர் என்கிற உயர்ந்த அதிகாரம் கொண்ட பதவியை பெற்றுத்தந்தது. உள்ளூர் மக்கள் பேசியதை ஐரோப்பியர்களுக்கு புரியும் வகையில் அவர்களின் மொழியில் பெயர்த்து சொல்லி, ஐரோப்பியர்கள் கூறியதை உள்ளூர் மக்களுக்கு புரியும் வகையில் அவர்களின் மொழியில் மொழி பெயர்த்து இருவருக்கும் இடையே தொடர்பை ஏற்படுத்தியதால் இந்த பணிக்கு துபாஷி என்று பெயர் கொடுக்கப்பட்டது.

துபாஷிகளான (இரு மொழி பேசுபவர்கள்) இவர்கள் இருந்திருக்கவில்லை என்றால் எந்த ஒரு ஐரோப்பிய கிழக்கிந்திய கம்பெனியாலும் இங்கே வணிகமும் செய்திருக்க முடியாது அதை தொடர்ந்த அரசியலையும் செய்திருக்க முடியாது. மதராசப்பட்டிண நகரின் தொடக்க ஆண்டு கால துபாஷிகளான தலைமை வணிகர்கள் பலரை மிக தெளிவாகவே நம்மால் இப்போது அடையாளம் காண முடியும். சென்னைப்பட்டிணத்தின் முதல் மற்றும் பலமான பங்குதாரர் வணிக நிறுவனத்தை *(Joint Stock Company)* உருவாக்கியவர்கள் பெர்ரி திம்மண்ணாவும் காசி வீரண்ணாவும் (இவரை காசா வெரோனா என்று குறிப்பிடுகின்றன ஆங்கிலேய ஆவணங்கள்). புனித ஜார்ஜ் கோட்டையின் முதல் துபாஷி சேசாத்திரி நாயக். இவர் ஓரங்கட்டப்பட்டு அடுத்து வந்து சேர்ந்தவர் வெங்கடா. இந்த இருவருக்கும் நடைபெற்ற அதிகார மைய மோதலைத்தான் மேலேப் பார்த்தோம்.

இவர்களோடு இருந்து (உதவியாளராக இருந்திருக்கவேண்டும்) இவர்களுக்கு அடுத்து துபாஷியானவர் பெர்ரி திம்மண்ணா. கிரீன்ஹில் தலைமை ஏஜன்டாக இருந்த சமயத்தில் (1648) திம்மண்ணாவிற்குஇந்தபதவியைகொடுக்கப்பட்டிருக்கவேண்டும் என்று தெரிகிறது. சேம்பர்ஸ் கோட்டையின் பிரசிடெண்ட்டாக இருந்தபோது ஹசன் கான் என்கிற காசி வீரண்ணா, பெர்ரி திம்மண்ணாவுடன் இணைந்து செயல்படத் தொடங்கினார். இவரும் துபாஷி என்று தெரிகிறது. இருவரும் பங்குதாரர்களாக சேர்ந்து காசி வீரண்ணா & கோ என்கிற வணிக நிறுவனத்தை உருவாக்கினார்கள். நிறுவனத்தின் தலைமையும் கட்டுப்பாடும் முழுக்க வீரண்ணாவிடமே இருந்தது. இதன் மூலம் அவரே புனித ஜார்ஜ் கோட்டையின் அதிகாரம் மிக்க வணிகராக இருந்தார்.

பிரிட்டிஷ்கிழக்கிந்தியகம்பெனிஇவருடையநிறுவனத்தின்மூலமே தனக்கான ஏற்றுமதி பொருட்களின் கொள்முதல் அனைத்தையும் செய்தது. அதேபோல் சென்னைப்பட்டிணத்தில் வந்து இறங்கிய கம்பெனியின் அனைத்து இறக்குமதி பொருட்களையும் இந்த நிறுவனமே ஒட்டுமொத்தமாக கொள்முதல் செய்தது. வெளிநாட்டு பொருட்களை உள்ளூர் சந்தையில் சில்லறைக்கு விற்பனை செய்யும் வணிகர்கள் இவரிடமிருந்தே மொத்தத்திற்கு பொருட்களை வாங்கி சென்றாகவேண்டும். ஆக சென்னைப்பட்டிணத்தை விட்டு வெளியேறும் எந்த ஒரு பொருளாக இருந்தாலும், உள்ளே வரும் சிறிய குண்டூசியாக இருந்தாலும் அது வீரண்ணா & கோ நிறுவனத்தின் கட்டுப்பாட்டிலிருந்து தப்பிக்க முடியாது.

இந்த நிறுவனம் சென்னைப்பட்டிணத்தின் எந்த தெருவில் இருந்து செயல்பட்டது என்பது தெளிவாகத் தெரியவில்லை. பட்டிணத்தின் ஒட்டுமொத்த வணிகத்தையும் கட்டுப்படுத்தியதுடன் பல ஊர்களை குத்தகைக்கு எடுக்கும் பணியிலும் ஈடுபட்டிருந்தது இந்நிறுவனம். உதாரணமாக அருகில் இருந்த சேந்தோமை குறிப்பிடலாம். பெர்ரி திம்மண்ணா 1678-ல் இறந்த பிறகு பட்டணத்தின் முழு முதல் தலைமை வணிகராக மாறினார் வீரண்ணா. திம்மண்ணாவிற்கு ஒரு மகனும் (வெங்கட நாராயணன்) இரண்டு தம்பிகளும் (பெத்த வெங்கடாதிரி மற்றும் சின்ன வெங்கடாதிரி) இருந்தார்கள். இவர்களும் நிறுவனத்தின் பணியில் இருந்தார்கள்.

அடுத்த இரண்டு வருடங்களில் ஹசன் கான் என்கிற காசி வீரண்ணாவும் இறந்துவிட்டார் 1680-ல். மார்ச் 28, 1680 அன்று எழுதப்பட்ட கோட்டை நாட்குறிப்பு அவருடைய மரணம் மற்றும் அடக்கம் தொடர்பான நிகழ்வுகளை தருகிறது. சுமார் இரண்டு வாரங்களுக்கு நோய்வாய் பட்டிருந்த அவர் அதிகாலை மூன்று மணிக்கு இறந்ததாக பதிவு செய்யப்பட்டிருக்கிறது. அவருக்கு மரியாதை செலுத்தும் விதமாக இறுதி சடங்கின் போது கோட்டையிலிருந்து முப்பதுதுப்பாக்கி குண்டுகள் முழக்கப்பட்டது. அவர் இஸ்லாத்தை தழுவி இருந்ததால் (அவர் தன்னை ஹசன் கான் என்றே அழைத்துக்கொண்டார்) இறுதி சடங்கில் சிறிய குழப்பம் நேர்ந்தது. அது கோட்டையில் இருந்த கவர்னரின் கவனத்திற்கு செல்ல உடனடியாக தீர்த்துவைக்கப்பட்டது.

தனக்கு பின் தன்னுடைய சொத்துகளுக்கான வாரிசு யார் என்பதை அவர்உயிலாகஎழுதிவைக்காதகாரணத்தால்நிறுவனத்தின்பங்குகள் குறித்த பிரச்சனை எழுந்தது. அவருக்கு பெண் வாரிசு மாத்திரமே. அவர் இறப்பதற்கு முன்பே அந்த பெண் பிள்ளைக்கு திருமணம் முடிந்துவிட்டது. அவருடைய சகோதரர்களில் ஒருவருடைய மகனை அவர் தத்தெடுத்திருந்தார். அவர் இறந்த சமயம் அவனுக்கு 10 வயது. ஆக நிறுவனத்தின் பங்குகளை பிரிக்கும் பணியை தான் எடுத்துக்கொண்டது. நிறுவனத்தின் பங்குகள் மூன்றாக பிரிக்கப்பட்டு பெத்த வெங்கடாதிரிக்கு (பெர்ரி திம்மண்ணாவின் சகோதரர்) ஒரு பங்கும், முத்து வீரண்ணாவிற்கு (வீரண்ணாவின் சகோதர்ராக இருக்கவேண்டும்) ஒரு பங்கும், அலங்காத பிள்ளைக்கு (இவர் குறித்த மற்ற தகவல்கள் கிடைக்கவில்லை) ஒரு பங்கும் கொடுக்கப்பட்டது.

மேலும் கோட்டையின் மற்ற வணிகர்களை கட்டுப்படுத்தும் தலைமை பொறுப்பும் இந்த மூவரிடமும் கொடுக்கப்பட்டது. மற்ற வணிகர்களின் பெயர்களாக கொடுக்கப்பட்டிருப்பது சூர வெங்கண்ணா, அரியப்ப செட்டி, முத்து செட்டி, பட்டிகல் பாலசெட்டி, ரங்க செட்டி. ஒவ்வொருவருக்கும் நூறு என்கிற கணக்கில் நிறுவனத்தின் பங்குக்ள் பிரித்துக்கொடுக்கப்பட்டது. இதற்குஅடுத்து எட்டு வருடங்கள்கழித்து சென்னைப்பட்டிணத்தின் கவர்னராக வந்த ஹேல் இதில் மாற்றங்களை கொண்டுவந்தார் (1688-ல்). நிறுவனத்தின் மூலதனம் 20,000 பகோடாக்களாக நிர்ணயம்

செய்யப்பட்டு அது 100 பங்குகளாக பிரிக்கப்பட்டது. பங்குகளை வாங்கும் பங்குதாரர்களில் 12 பேர் தலைமை வணிகர்களாக செயல்பட வேண்டும் என்றும் அவர்களுக்கான கடமைகளும் அதிகாரங்களும், அதிகார எல்லைகளும் பிரிக்கப்பட்டது. ஆவணங்களில் கையெழுத்திடும், கூட்டங்களை ஒருங்கிணைக்கும் தலைமை பொறுப்பில் இருவரும், பொருளாளராக இருவரும், இந்திய ஏற்றுமதி பொருட்களை கண்காணிக்கும் பொறுப்பில் மூவரும், இறக்குமதியாகும் பொருட்களை கண்காணிக்கும் பொறுப்பில் இருவரும், உள்ளூர் நெசவாளர்கள், வண்ணார்கள் மற்றும் சாயம் தோய்ப்பவர்களை கண்காணிக்கும் பொறுப்பில் இருவரும் அமர்த்தப்பட்டார்கள்.

தலைமை பொறுப்பு சின்ன வெங்கடாதிரி மற்றும் அலங்காத பிள்ளையிடம் கொடுக்கப்பட்டது. இருவரும் வாரத்திற்கு இரண்டு முறை கூடி வணிகம் குறித்த விவாதங்களை முடிவுகளை மேற்கொண்டார்கள். இளைய பங்குதாரர்களில் இருபது பேர் தேர்வு செய்யப்பட்டு நாடு முழுவதும் அனுப்பி ஏற்றுமதிக்கான பொருட்கள் கொள்முதல் செய்யப்பட்டது. நாடு முழுவதிலுமிருந்து கொண்டு வரப்படும் ஏற்றுமதி பொருட்கள் வெள்ளையர் நகரில் ஜேம்ஸ் தெருவில் இருந்த மெர்சன்ட்ஸ் கிடங்கில் சேமித்து வைக்கப்பட்டது. நிறுவனத்தின் கஜானாவும் கணக்கு வழக்குகளும் இந்த கட்டிடத்தில்தான் பராமரிக்கப்பட்டது.

துபாஷிகளான தலைமை வணிகர்களைப் போலவே சென்னைப்பட்டிண நகர மக்கள் மத்தியில் பெரும் செல்வாக்கு மற்றும் அவர்கள் மீதான அதிகாரத்துடன் இருந்தவர்கள் பெத்த நாயக் என்று அழைக்கப்பட்ட தலையாரிகள். தென்னிந்திய பகுதிகளில் தலையாரிகள் ஊர் காவல் பணியில் ஈடுபட்டவர்கள் என்பது வரலாற்று பதிவுகளின் வழி தெரியவருகிறது. அதை அப்படியே சென்னைப்பட்டிண ஆங்கிலேயர்களும் தங்களுடைய நகரில் நடைமுறைப்படுத்தினார்கள். கருப்பர் நகரிலும், புறநகரான பேட்டைகளிலும் சட்டம் ஒழுங்கை பாதுகாப்பது பெத்த நாயக்குகளின் வேலை மற்றும் கடமையாக ஒதுக்கப்பட்டது. குற்றவாளிகளை கைது செய்து சிறையில் அடைக்கும் உரிமை அவர்களுக்கு இருந்தது. இவருக்கு கீழ் பியூன்கள் என்று

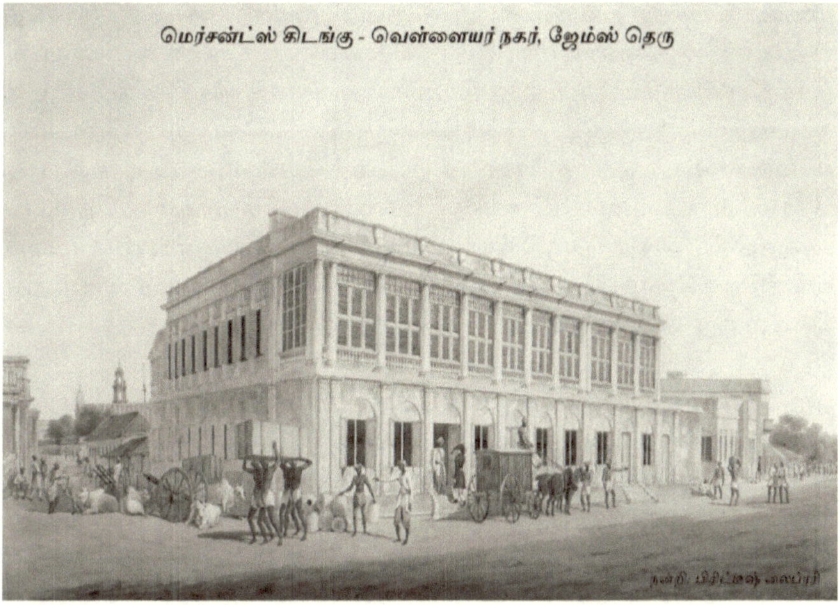

மெர்சன்ட்ஸ் கிடங்கு - வெள்ளையர் நகர், ஜேம்ஸ் தெரு

நன்றி: பிரிட்டிஷ் லைப்ரரி

அழைக்கப்பட்ட உதவியாளர்கள் இருந்தார்கள்.

தலைமை வணிகர்களின் அலுவல் கட்டிடங்கள்

நன்றி: பிரிட்டிஷ் லைப்ரரி

தலைமை வணிகர்களைப்போல பெத்த நாயக் பதவியும் வாரிசுரிமை அடிப்படையில் கடைபிடிக்கப்பட்டது. நகரின் முதல் பெத்த நாயக்காக இருந்தவர் மூர்த்தி நாயக். இருபது பியூன்களின் துணையுடன் இவர் சென்னைப்பட்டிண காவல் பணி செய்திருக்கிறார். அதற்கு ஊதியமாக அவருக்கு கொடுக்கப்பட்டது கருப்பர் நகருக்கு மேற்கிலிருந்த கோமர்பேட்டையின் விளைச்சல் பொருட்கள். குயவர் பேட்டை என்பதே கோமர்பேட்டையாகியிருக்க வேண்டும். காரணம் தொடக்க காலத்தில் அந்த பகுதியில் குயவர்களே பெரும்பான்மையாக வசித்திருக்கிறார்கள். கருப்பர் நகரிலிருந்து கோமர்பேட்டிற்கு செல்ல ஒரு பாலமும் கட்டப்பட்டிருந்தது.

அந்த பேட்டையின் விளைச்சலோடு மாத்திரமல்லாமல் மூர்த்தி நாயக்கின் வீடும் அந்த பேட்டையில்தான் இருந்திருக்கவேண்டும். இதன் காரணமாகவே கோமர்பேட்டை என்கிற அதன் பெயர் பெத்தநாயக்கன்பேட்டை என்று மாற்றமடைந்தது. (பெத்தநாயக்கன்பேட்டை 1672-ல் சென்னைப்பட்டிணத்துடன் இணைக்கப்பட்டது). சென்னைப்பட்டிணம் மிக வேகமாக வளர்ந்த நகரமாக இருந்ததால் பெத்த நாயக்கால் வெறும் இருபது பீயூன்களை வைத்துக்கொண்டு அதை சமாளிக்க முடியாமல் போயிருக்க வேண்டும். தன்னுடைய ஊதியத்தையும் தன்னுடைய பீயூன்களின் எண்ணிக்கையையும் அவர்களுக்கான ஊதியத்தையும் உயர்த்தி தரும்படி பல முறை அவர் ஆங்கிலேய அதிகாரிகளிடம் முறையிட்டிருக்கவேண்டும். ஆனால் கண்டுகொள்ளப்படாமல் இருந்திருக்கிறது.

முறையிட்டே மூர்த்தி நாயக்கின் ஆயுள் முடிந்திருக்கும் என்று தெரிகிறது. அவருடைய வாரிசான திம்மப்பா அடுத்த பெத்த நாயக் அதிகாரத்தை ஏற்றுக்கொண்டு மூன்று வருடங்களுக்கு பணி சுமை மற்றும் ஆள் பற்றாக் குறை பிரச்சனைகளுடனே பணி செய்ததாக தெரிகிறது. அவரும் இது பற்றி முறையிட்டிருக்கவேண்டும். ஏதும் நடக்காததால் பணியை துறந்துவிட்டு பெத்தநாயக்கன்பேட்டையில் இருந்த அவருடைய வீட்டில் அக்கடா என்று இருந்துவிட்டார். இதன் பிறகே பிரச்சனையின் தீவிரத்தை உணர்ந்துக்கொண்ட அப்போதைய பிரசிடெண்ட் சேம்பர்ஸ் ஜூன் 22, 1659-ல் திம்மப்பாவின் முறையீடு தொடர்பாக ஒரு ஆணையை வெளியிட்டார்.

இருபதிற்கு பதிலாக ஐம்பது பியூன்களை அவர் உதவியாளராக நியமித்துக்கொள்ளலாம் என்றும் அவர்களுக்கும் ஊதியம் கொடுக்கும் விதமாக 18 நெல் விளையும் களங்கள் (எந்த அளவீடுகளில் அடிப்படையில் என்று தெரியவில்லை) தரப்படும் என்றும் சொல்லப்பட்டிருந்தது. மேலும் ஆங்கிலேய அதிகாரிகள் விடுமுறைக்கும், உல்லாசமாகவும் நாட்களை கழிக்க தோட்ட வீடு என்று செல்லும்போது அவர்களுக்கு பாதுகாப்பாக 100 முதல் 150 பியூன்களை நியமிக்க வேண்டியது அவருடைய கடமை என்றும் சொன்னது. அடுத்து திருடர்களை கண்டுபிடிக்க முடியாவிட்டால் திருடு கொடுத்தவர்களுக்கான இழப்பீட்டை பெத்த நாயக்தான் தர வேண்டும் என்றும் அதில் கூறப்பட்டிருந்தது.

# அனர்த்தங்கள்: பஞ்சம், புயல் – 1680-கள்

சென்னைப்பட்டிண (ஆங்கிலேயர்களின் வழக்கப்படி மதராசப்பட்டிண) கருப்பர் நகர தெருக்களின் தலையில் பிரச்சனைகள் மாத்திரம் அல்ல பிணங்களும் விழுந்திருக்கின்றன. கொத்து கொத்தான அனாதை பிணங்கள். கேட்கவும், பார்க்கவும், தூக்கவும் நாதி இல்லாமல் உப்பி, வெடித்து பிறகு உருகி, காற்றில் வீச்சம் பரப்பிய நூற்றுக்கணக்கான பிணங்களைக் கண்ட வரலாற்று சாட்சியாக இருந்து மறைந்தவை பழைய கருப்பர் நகர தெருக்கள். பெரும் எண்ணிக்கையில் மக்களின் உயிர்களை காவு வாங்கி சென்றது பஞ்சம். இரண்டு ஆண்டுகளுக்கு – *1686* மற்றும் *1687* – கோட்டைப் பகுதி முழுவதையும் தனது கட்டுப்பாட்டிற்குள் கொண்டு வந்துவிட்டது.

புனித ஜார்ஜ் கோட்டை இதற்கு முன்பே பஞ்ச காலங்களை பார்த்திருக்கிறது. கோட்டை கட்டப்பட்ட புதிதில் வேக வேகமாக குடியேற்றங்கள் நிகழ்ந்துகொண்டிருக்க கூடவே அழையா குடியேற்றக்காரனாக வந்து குடிப் புகுந்தது பஞ்சம். கோட்டைக்கு அடித்தளம் போடப்பட்டு வேலைகள் தொடங்கிய அடுத்த ஐந்து ஆண்டுகளில் (*1645*-களில்) மழை முற்றிலுமாக பொய்த்துப்போனது. விளைவு அடுத்த ஆண்டிலேயே தெரியத் தொடங்கியது. கர்நாடகப் பகுதியில் ஓயாது நடந்த உள்நாட்டுப் போர்களும் படையெடுப்புகளும் நிலையை மேலும் மோசமாக்கியது.

விலை எவ்வளவு கொடுக்கத் தயாராக இருந்தும் உணவுப் பொருட்களை மாத்திரம் காணவில்லை. கோட்டையிலிருந்து சூரத்திற்கும், மசூலிப்பட்டிணத்திற்கும், கிழக்கிந்திய கம்பெனியின் தலைமை அலுவலகம் அமைந்திருந்த இங்கிலாந்து லேடன்ஹால் தெருவிற்கும் கடிதங்களாக எழுதி குவிக்கப்பட்டது. உணவுப் பொருட்கள் கேட்டு. அதிலும் டன் கணக்கில். கடிதங்களில்

காணப்படும் அளவிற்கான உணவுப் பொருட்கள் ஏற்ற காலத்திற்குள் வந்து சேரவில்லை என்றால் நகரம் பஞ்சத்தால் துடைத்து எறியப்பட்டுவிடும் என்றும் நகரின் இழப்புகளை (உயிர்) ஈடுகட்ட அடுத்த ஐந்து வருடங்கள் பிடிக்கும் என்றும் அபய குரலில் கதறின கடிதங்கள்.

சுற்று வட்டார பகுதி வயல்வெளிகள் பாலம் பாலமாக வெடிப்புகள் முளைக்க தொடங்க 1646-ல் கோட்டைக்குள் காலடியெடுத்து வைத்தது பஞ்சம். கொஞ்சம் கொஞ்சமாக தன்னுடைய வீரியத்தை அதிகரித்துக்கொண்டே வந்த அது 1647-ன் தொடக்கம் முதல் தெருக்களில் பிணங்களை சாய்க்கத் தொடங்கியது. நூறுகளில் தொடங்கிய மரணத்தின் எண்ணிக்கை மாதங்கள் நகர நகர ஆயிரங்களை தொட்டது. லேடன்ஹாலுக்கு அனுப்பப்பட்ட அந்த வருடத்திய அக்டோபர் மாத (அக்டோபர் 9) கடிதங்களில் ஒன்று ஐந்து மாதங்களில் நகருக்குள் 4,000 பேர் பஞ்சத்திற்கு பலியாகிவிட்டதாக சொல்கிறது. அதாவது ஒரு மாதத்திற்கு 800 பேர் என்கிற விகிதத்தில் ஒவ்வொரு நாளும் இருபதுக்கும் மேற்பட்ட உயிர்களை அள்ளிக்கொண்டுபோயிருக்கிறது பஞ்சம்.

அடுத்தடுத்து விழும் பிணங்களை எடுத்துப்போடுவதற்கு கூட ஆட்கள் இல்லாமல் போனதால் கோட்டையின் தெருக்கள் பிணங்களின் குடியிருப்பாக மாறிப்போனது. அப்போதைய நகரின் மொத்த மக்கள் தொகையான 19000-த்தில் மூன்றில் ஒரு பங்கு இல்லாமல் ஆகிவிட்டது. பெரும்பான்மையான உயிரிழப்புகள் தினக் கூலிகளான நெசவாளர் மற்றும் சாயமேற்றுபவர்களின் குடியிருப்புகளிலேயே நிகழ்ந்திருக்கிறது. கருப்பர் நகரத் தெருக்கள் பிணங்களை சுமந்து ஓய்ந்து மிக சரியாக நாற்பது வருடங்கள் கழித்து (1686-ல்) மீண்டும் பஞ்சம் நகரத் தெருக்களில் காலடியெடுத்து வைத்தது.

நிகழ இருந்த பேரழிவிற்கு இம்முறை கோட்டை நிர்வாகம் தன்னை தயார் செய்துகொண்டது. பஞ்சத்தின் தொடக்கத்தில் நகரின் மக்கள் தொகை மூன்று இலட்சமாக இருந்தது. மாதங்கள் நகர உயிரிழப்புகள் தினசரி நிகழ்வுகளாகத் தொடங்கியது. எலும்பும் தோலுமாகிவிட்ட மக்களின் உடல்கள் அதற்கும் மேல் தேய ஒன்றுமில்லை என்கிற நிலையில் கொத்து கொத்தாக பிணங்களாக தெருக்களில்

சரிந்தன. பிணங்களை உடனுக்குடன் அகற்றி இறுதி சடங்கு செய்து முறைப்படி புதைப்பதற்கான கல்லறை தோட்டம் தயார் செய்யப்பட்டது. உயிரை கையில் பிடித்துக்கொண்டு இன்றைக்கோ நாளைக்கோ என்றிருந்த பலருக்கு உதவ வெள்ளையர் நகரில் நிதி திரட்டப்பட்டது. பிரிட்டிஷ் கிழக்கிந்திய கம்பெனியும் தன் பங்காக 100 பகோடாக்களை வழங்கியது.

சேகரிக்கப்பட்ட நிதி கொண்டு அரசி வாங்கப்பட்டு நகரின் மையத்தில் கஞ்சித் தொட்டி திறக்கப்பட்டது. அனைவருக்கும் சரி சமமாக உணவு பகிரப்பட வேண்டும் என்பதற்காக கோட்டையின் தலைமை துபாஷி அரிசி கஞ்சி வினியோகம் செய்யும் பணியில் நேரடியாக அமர்த்தப்பட்டார். பசியால் மிக மோசமாக உடல் நிலை பாதிக்கப்பட்டவர்களுக்கு அதிகமாகவும் பசியை தாக்குப்பிடிக்க கூடிய நிலையில் இருந்தவர்களுக்கு சிறிய அளவிலும் வழங்கி நகரில் இருந்த அனைவருக்கும் உணவு பொருள் போய் சேரும்படி பார்த்துக்கொண்டார் துபாஷி.

வருட முடிவில் நிலை மேலும் மோசமானது. பார்த்து பார்த்து உணவு வினியோகம் செய்யப்பட்டும் சுமார் இரண்டாயிரம் பேர்வரை தினசரி பசிக்கு ஆளானார்கள். முன்னேற்பாடுகள் செய்யப்பட்டும் அதிக அளவில் மக்கள் உயிரிழக்க தொடங்கியதால் தெருக்கள் தோறும் கவனிப்பாரற்ற அனாதை பிணங்களின் எண்ணிக்கை பெருகத் தொடங்கியது. அவை அழுகி காற்று சீர்கெட பசிக்கு தப்பிப் பிழைத்துக்கொண்டிருந்த மக்கள் நோய்களுக்கு ஆளாகத் தொடங்கினார்கள். பஞ்சத்தோடு கொள்ளை நோயும் சேர்ந்துகொண்டுவிட்டது. மழை பெய்து விளைச்சல் பெருக வேண்டும் என்று வேண்டிக்கொள்வதை தவிர இனி செய்வதற்கு எதுவும் இல்லை என்கிற நிலைக்கு போய் சேர்ந்தது மதராசப்பட்டிணம்.

தெருக்களில் பிணங்கள் சரிய சரிய வெள்ளையர் நகர தெருக்களில் மக்கள் கூட்டம் நெருக்கியடித்தது. அபயம் தேடியல்ல தங்களை விற்றுக்கொள்ள. பட்டினியால் எலும்பும் தோலுமாக உருகி அனாதை பிணங்களாக தெருவில் கிடைப்பதை விட உயிரை காப்பாற்றிக்கொள்ள வேண்டி அடிமைகளாக தங்களை விற்றுக்கொள்ள முடிவு செய்ததன் விளைவு. அந்த நாட்களில்

கோட்டையின் தலைமை ஏஜன்டாக இருந்த ஆங்கிலேய அதிகாரியின் காட்டில் செம்மையான பண மழை. அந்த அதிகாரி யார் என்பதையும் அவர் என்ன செய்தார் என்பதையும் இன்னும் சற்று நேரத்தில் பார்ப்போம்.

பஞ்சம் முடிந்து எடுக்கப்பட்ட கணக்கெடுப்பில் 35,000 பேர் உயிரிழந்திருப்பது தெரியவந்தது. கருப்பர் நகரில் 6000 குடும்பங்களும் வெள்ளையர் நகரில் 53 குடும்பங்களும் பாதிக்கப்பட்டிருந்தன. நகரின் அனைத்து செயல்பாடுகளும் ஊனமாக்கப்பட்டிருந்தது. முடமாக்கப்பட்டது என்று சொல்வது சரியாக இருக்கும். காரணம் இந்த பஞ்சத்திற்கு இரண்டு வருடங்களுக்கு முன்பே மதராசப்பட்டிணம் ஊனமாக்கப்பட்டிருந்தது. அந்த காரியத்தை செய்தது புயல். அந்த காலக்கட்டத்தில் புயல்களுக்கு புயல் என்பது மட்டும்தான் பெயராக இருந்ததால் நாம் வசதிக்காக அதை மோசமான புயல் என்று வைத்துக்கொள்ளலாம்.

இந்த புயல் வரவிருப்பதை குறித்து நகரின் கடற்கரை மீனவர்கள் ஒரு மாதத்திற்கு முன்பே கோட்டை நிர்வாகத்திற்கு எச்சரிக்கையும் கொடுத்திருக்கிறார்கள். அவர்களின் எச்சரிக்கை போலவே 1684 நவம்பர்3 இரவு எட்டு மணிக்கு புயல் சென்னைப்பட்டிணத்தை பதம் பார்த்திருக்கிறது. விடிய விடிய சுமார் ஏழு மணி நேரத்திற்கு பேய் காற்றும் பெரு மழையும் நகரை தலை கீழாக உள்ளும் புறமுமாக புரட்டி எடுத்திருக்கின்றன. கருப்பர் நகரிலிருந்த தொழிலாளர்களின் குடிசைகள் அனைத்தும் காற்றில் பறந்துவிட்டிருக்கிறது. மரங்கள் வேரோடு பிடுங்கப்பட்டு தெருக்களில் வீசியெறிப்பட்டிருக்கிறது. நகரில் இருந்த தோட்டங்கள் அனைத்தும் தரைமட்டமாகியது.

கல் கட்டிடங்களை கொண்டிருந்த வெள்ளையர் நகரமும் கூட அந்த புயலையும், மழையும் தாக்குப்பிடிக்க முடியாமல் திணறிப்போனது. பல கட்டிடங்களின் பக்க சுவர்கள் சரிந்து கோட்டையின் ஒரு பகுதி சுற்று சுவரும் கூட சரிந்து விழுந்திருக்கிறது. கட்டிடங்களின் ஜன்னல்களும், கதவுகளும் காற்றோடு போய்விட்டதாக கடிதங்கள் சொல்கின்றன. கோட்டையின் மேற்கே எழும்பூர் ஆற்றில் நிறுத்தி வைக்கப்பட்டிருந்த படகுகள் அனைத்தும் காற்றின் வேகத்தில் ஒன்றுடன் ஒன்று மோதி சின்னாபின்னமாகியிருக்கிறது.

நூற்றுக் கணக்கில் உயிர்களையும் பறித்துக்கொண்டு அதி காலையில் ஓய்ந்திருக்கிறது அந்த புயல். அடுத்த நாள் நகரின் தெருக்கள் அனைத்தும் கட்டிட சிதிலங்களின் குவியல்களாக மாறிவிட்டிருந்ததை புயலுக்கு பின்னான பேரமைதி தருணங்களின் ஊடாக தப்பி பிழைத்த நகர மக்கள் கண்டார்கள். புயலும் பஞ்சமும் உரு குலைத்துப்போட்டுவிட்டுப்போன வெள்ளையர் நகரையும், கருப்பர் நகரையும் சீரமைக்கும் பணி தொடங்கியது. வெள்ளையர் நகரை விரிவாக்கும் திட்டம் குறித்து பல ஆண்டுகளுக்கு முன்பிலிருந்தே கோட்டையில் இருந்த ஆங்கிலேய அதிகாரிகள் விவாதித்து வந்திருந்தாலும் இப்போது அதை செயல்படுத்தியே ஆகவேண்டும் என்கிற நிலை வந்து சேர்ந்திருந்தது.

மேற்கில் ஓடிக்கொண்டிருந்த எழும்பூர் ஆற்றின் போக்கை மாற்றி வெள்ளையர் நகரின் மேற்கு எல்லையை விரிவாக்குவது என்பது திட்டம். அதன் முதல் படியாக வெள்ளையர் நகரிலிருந்த தெருக்களை ஒழுங்கு செய்யும் திட்டம் செயல்படுத்தப்பட்டது. இதுவரை கருப்பர் நகரில் இருந்த தெருக்களை குறித்தே நாம் பார்த்திருக்கிறோம் இப்போது வெள்ளையர் நகர தெருக்களை பார்ப்போம். வெள்ளையர் நகரின் மத்தியில் புனித ஜார்ஜ் கோட்டை அமைந்து அதை வடக்கு, தெற்கு என்று இரு பிரிவுகளாக பிரிந்திருந்தது. கருப்பர் நகரம் போலவே இதிலும் தெருக்கள் வடக்கு தெற்காக ஓடியது. கருப்பர் நகரில் ஓடிய பிரதான தெருக்களான சவுல்டிரி தெருவும், மிடில் கேட் தெருவும் வடக்கு வெள்ளையர் நகர பகுதியில் இருந்தான் தொடங்கியது.

மிடில் கேட் தெருவிற்கு அடுத்த தெருவாக கிழக்கில் இருந்தது ஜேம்ஸ் தெரு. மிக சரியாக இந்த தெருக்களை ஒத்து தெற்கில் இருந்தவை சர்ச் தெரு மற்றும் செயின்ட் தாமஸ் தெரு. சார்லஸ் தெரு செயின்ட் தாமஸ் தெருவிற்கு அடுத்த தெருவாக கிழக்கில் இருந்தது. வெள்ளையர் நகருக்குள் இருந்த தெருக்களின் பட்டியலாக 1688 ஆகஸ்ட் 2 ஆவணம் தருவது மிடில் தெரு (மிடில் கேட் தெரு), சவுல்டிரி தெரு, சவுல்டிரி ஆலே *(Alley)*, குளோசெஸ்டர் தெரு, யார்க் தெரு, யார்க் லேன் *(York Lane)*, சார்லஸ் தெரு, ஜேம்ஸ் தெரு, ஜேம்ஸ் ஆலே, செயின்ட் தாமஸ் தெரு, செயின்ட் தாமஸ் லேன் மற்றும் சர்ச் தெரு.

பின் நாட்களில் இந்த தெருக்களின் பெயர்கள் ஒன்றுக்கு ஒன்று இடம் மாற்றி வைக்கப்பட்டு பயன்படுத்தப்பட்டது என்பதையும் நினைவில் கொள்ள வேண்டும். இந்த தெருக்களில் மொத்தமாக 129 வீடுகளும், வணிக பொருட்களை சேமித்து வைப்பதற்கான கிடங்குகளும், தேவாலயமும், ஆளுனர் (ஆங்கிலேய தலைமை ஏஜன்ட் கவர்னர்) இல்லமும், மருத்துவமனையும், நாணய சாலையும் (நாணயம் அச்சடிக்கும் அலுவலகம்), தச்சர் அலுவலகமும் இருந்தன. *"Rent Rowle of Dwelling Houses, Goedowns & within the Garrison or Christian Town"* என்கிற ஆவணம் (1680-களை சேர்ந்தது) இந்த தெருக்களில் வசித்த மனிதர்களின் பெயர்களையும் அவர்கள் கம்பெனிக்கு செலுத்த வேண்டிய வரி தொகையையும் (வீடு மற்றும் தெரு வரி) பட்டியலாக தருகிறது.

சுமார் 350 வருடங்களுக்கு முன்பு புனித ஜார்ஜ் கோட்டை அமைந்திருந்த வெள்ளையர் நகரில் வசித்த ஐரோப்பியர்களை நாம் அறிமுகம் செய்துகொள்ள இது மிக அருமையான வாய்ப்பைத் தருகிறது (அவர்களின் பெயர் விவரம் இந்த புத்தகத்தில் பின்னிணைப்பாக தரப்பட்டிருக்கிறது). இதுபோல கருப்பர் நகரில் வசித்த மனிதர்கள் குறித்த பட்டியல் கிடைக்காததால் அவர்களை அறிமுகம் செய்துகொள்ளும் அதிர்ஷ்டம் நமக்கு இல்லாமல் போய்விட்டது. போகட்டும். மிடில் கேட் தெருவில் தலைமை ஏஜன்ட் இல்லம் இருந்தது. இந்த ஆவணத்தின் காலக்கட்டத்தில் எலியூ ஹேல் (Elihu Yale) புனித ஜார்ஜ் கோட்டையின் தலைமை ஏஜன்டாக பதவியில் இருந்தார் (1687 – 1692). இரண்டாம் முறையாக. இதற்கு முன்பே ஒரு வருட காலத்திற்கு (1684 - 1685) இந்த பதவியில் அவர் இருந்திருக்கிறார்.

இன்றைக்கு அமெரிக்காவின் சிறந்த மற்றும் மிக பழமையான பல்கலைக்கழகங்களில் ஒன்றாக இருக்கும் ஹேல் பல்கலைக்கழகத்தை நிறுவிய அதே திருமகனார்தான் நாம் இப்போது வெள்ளையர் நகரில் பார்த்துக்கொண்டிருக்கும் ஹேல். பொசுக்கென்று நாம் அவரை திருமகனார் என்று குறிப்பிட்டுவிட்டாலும் வரலாறு அவரை அப்படித்தான் அடையாளம்காட்டுகிறதாஎன்றால் நிச்சயமாககிடையாது. குறைந்த பட்சம் அவருடைய மதராசப்பட்டிணம் செயல்பாடுகளைப் பொறுத்த வரையில். பிரான்சிஸ் டேவிற்கு அடுத்து தொடக்க கால

புனித ஜார்ஜ் கோட்டை கவர்னர்களின் செயல்பாடுகள் என்று எடுத்துக்கொண்டால் ஹேலின் செயல்பாடுகள் மிக அழுத்தமான வரலாற்று பதிவுகளை தருகின்றன.

மதராசப்பட்டிணத்தின், பின் வர இருக்கும் இருநூறு நூற்றாண்டுகளுக்குதாக்கங்களைசெலுத்தக்கூடியபலஅரசியல்சமூக செயல்பாடுகளில் பல முதல் படிகளை முன்னெடுத்தது இவருடைய நிர்வாக காலத்தில்தான். அதில் மிக முக்கியமானது மேயர் அதிகாரத்தை தலைமையாக கொண்ட மெட்ராஸ் கார்ப்பரேஷன் *(1688)*. வரி வசூல் செய்தல், சட்டம் ஒழுங்கை பாதுகாத்தல் *(சிறிய குற்றங்கள் மற்றும் கடற் கொள்ளையர்கள் தொடர்பான குற்றங்களுக்கான தண்டனைகளை வழங்குதல்)* மற்றும் நகர பராமரிப்பு போன்ற நிர்வாக காரியங்களை தனிச்சையாக *(குறைந்த பட்சம்)* செயல்படுத்துவதற்கான அதிகாரங்கள் மேயருக்கும் கார்ப்பரேஷனுக்கும் கொடுக்கப்பட்டது. மதராசப்பட்டிணத்தின் முதல் மேயராக அதிகாரத்தை பெற்றவர் நத்தானியேல் ஹிக்கின்சன்.

மதராசப்பட்டிணத்தில் ஆர்மீனியர்களின் குடியேற்றமும் இந்த ஆண்டில்தான் நிகழ்ந்தது. ஜான் சார்டின் என்கிற பிரெஞ்சு நாட்டு தனியார்வைரவியாபாரி இதற்குமூலக்காரணமாகஇருந்திருக்கிறார். வெள்ளையர் நகரில் இவருக்கு சுற்றிலும் தோட்டங்கள் கொண்ட பெரிய வீடும் இருந்தது. கோல்கொண்டாவிற்கும் மதராசப்பட்டிணத்திற்கும் இடையில் நடைபெற்ற வைர வணிகம் இவருடைய கட்டுப்பாட்டில்தான் இருந்தது. ஹேலின் நெருங்கிய நண்பர். எந்தளவிற்கு நெருக்கம் என்றால் வெள்ளையர் நகரில் இருந்த *(இப்போதும் இருக்கும்)* செயின்ட் மேரிஸ் தேவாலயத்தில் நடைபெற்ற இவருடைய மகளின் ஞானஸ்நான விழாவிற்கு தலைமையேற்கும் அளவிற்கு.

ஜான் சார்டினின் பரிந்துரை மற்றும் முன்னிலையில் ஆர்மீனிய வியாபாரி கோஜா பாணூஸ் கலந்தர் ஆர்மீனியர்கள் மதராசப்பட்டிணத்தில் குடியேறுவதற்கான ஒப்பந்தத்தில் கையெழுத்திட்டார். இது நடந்தது *1688* ஜூன் *22*-ல். நகரில் நிலம், வீடு, தோட்டம் போன்ற சொத்துகளை விருப்பப்படி வாங்கி உடமையாக்கிக்கொள்ளவும், பிரிட்டிஷ் கிழக்கிந்திய கம்பெனியின் சரக்கு கப்பல்களை அவர்களுடைய வணிகத்திற்கு

பயன்படுத்திக்கொள்ளவும் முழு சுதந்திரம் அளிக்கப்பட்டது. மேலும் ஆங்கிலேயர்கள் பயன்படுத்திய கல்லறையையே ஆர்மீனியர்களும் பயன்படுத்திக்கொள்ள அனுமதியளிக்கப்பட்டது. அவர்களுக்கு என்று தனியாக தேவாலயம் கட்டிக்கொள்ளவும் நகரில் இடமளிக்கப்பட்டது.

இப்படி நகரின் முக்கிய வெளிநாடு மற்றும் உள்ளூர் வணிகர்களுடனெல்லாம் தனிப்பட்ட முறையில் மிக நெருக்கம் காட்டியவர் ஹேல். பிரிட்டிஷ் கிழக்கிந்திய கம்பெனிக்காக இவர் செய்த வணிகத்தைவிட பல மடங்கு அதிகமாக இவர் சொந்தமாக குறுக்கு சால் ஓட்டி செய்த வணிகம் அதிகம். துணி, காலணி, வைரம் என்று பணம் கொட்டிய அனைத்து வணிகத்திலும் ஹேலின் 'பினாமி' நிறுவனங்கள் இலாபத்தை அள்ளி குவித்திருக்கிறது. அந்த பினாமிகளில் மிக முக்கியமானவராக அறியப்பட்டவர் கேத்தரின் நிக்ஸ். இவருடைய கணவர் ஜான் நிக்ஸ் கம்பெனி ஊழியராக பணி செய்தவர். ஹேலின் பினாமியான கேத்தரின் நிக்சின் நிறுவனம் ஈட்டிய இலாபம் பிரிட்டிஷ் கிழக்கிந்திய கம்பெனி மதராசப்பட்டிணத்தில் ஈட்டிய இலாபத்தை விட மிக அதிகமாக இருந்திருக்கிறது. தம்பி தாமஸ் ஹேல் சீனாவுடன் நிகழ்த்திய வணிகத்திலும் ஹேலுக்கு மறைமுக பங்கு இருந்தது. இந்த வணிகம் கம்பெனியின் செலவில் கம்பெனிக்கு தெரியாமல் நடைபெற்றது. ஹேலின் மீது சுமத்தப்பட்ட ஊழல் குற்றச்சாட்டுகளுக்கும் அவருடைய வீழ்ச்சிக்கும் அடிப்படையாக அமைந்ததும் தம்பியின் சீனா வணிகம்தான்.

கம்பெனிக்கு வணிக வாய்ப்புகளை பிடிக்கிறேன் என்கிற பெயரில் கம்பெனி செலவில் உடை முதல் உணவு வரை பகட்டாக நடந்துகொண்டார் ஹேல். அவருடைய காலத்தில் வெள்ளையர் நகரின் தோட்ட வீடு *(Garden House)* விருந்து உபசாரங்களுக்கு பெயர்போனது. புனித ஜார்ஜ் கோட்டைக்கு வரும் செல்வாக்கு மிகுந்த வெளிநாட்டு வணிகர்களையும், உச்ச அதிகாரம் மிக்க உள் நாட்டு அதிகாரிகளையும் வரவேற்று குதூகலத்தில் ஆழ்த்தி 'தாக சாந்தி' விருந்துகளுக்கு உட்படுத்த கட்டப்பட்டது தோட்ட வீடு. இன்றைய மன்ரோ சிலை இருக்கும் பகுதிக்கு அருகில் (தீவுத் திடல்) எழும்பூர் ஆற்றின் மேற்கு கரையில் அன்றைய தோட்ட வீடு இருந்தது. வெள்ளையர் நகரிலிருந்து படகு மூலம் இதை

சென்றடைந்திருக்கிறார்கள். தொடக்கத்தில் இது அவ்வளவு ஆர்ப்பாட்டம் இல்லாத விருந்தினர் மாளிகையாக இருந்தாலும் குதூகலம், தாக சாந்தி தீர்த்த ஊற்று, கொண்டாட்டம் என்று மாற்றியவர் ஹேல். எல்லாம் கம்பெனியின் செலவில் ஆனால் இந்த விருந்துகளின் மூலம் பெறப்பட்ட வணிக இலாபத்தில் பெரும் பகுதி அவருடைய பினாமி நிறுவனங்களின் கல்லாவிற்கே போய் சேர்ந்தது. பினாமி கல்லாவில் பணம் கொட்டிய வணிகங்களில் மற்றொரு மிக முக்கிய வணிகம் அடிமை வணிகம். மதராசப்பட்டிணத்தில் அடிமை வணிகம் அரசல் புரசலாக நடந்துகொண்டிருந்தாலும் மிக வெளிப்படையாக மக்களே முன் வந்து தங்களை அடிமைகளாக விற்றுக்கொண்டது 1688 பஞ்ச காலத்தின் போது.

பஞ்சத்தின் உச்சக்கட்டத்தில் ஒவ்வொரு நாளும் நூற்றுக்கணக்கில் உள்ளூர் மக்கள் அடிமைகளாக கப்பலேற்றப்பட்டு பிரிட்டிஷ் கிழக்கிந்திய கம்பெனியின் கட்டுப்பாட்டில் அட்லாண்டிக் பெருங்கடலில் இருந்த செயின்ட் ஹேலனா தீவிற்கு அனுப்பிவைக்கப்பட்டார்கள். அடிமைகளை விற்று இலாபம் பார்த்த கையோடு அடிமைகளிடமிருந்து பிடுங்கியும் தனியாக இலாபம் பார்த்தது கம்பெனி. அடிமையாக விற்கப்பட்டு கப்பல் ஏற்றப்படும் அடிமைகளின் தலை ஒன்றுக்கு ஒரு பக்கோடா பணத்தை கம்பெனிக்கு செலுத்த வேண்டும் என்கிற விதியும் இருந்தது. அதன் படி ஒரு கப்பலுக்கு பத்து அடிமைகள்தான் ஏற்றப்பட வேண்டும் என்கிற விதி இருந்தும் பஞ்ச காலத்தில் ஓரே கப்பலில் நூற்றுக் கணக்கில் அடிமைகள் ஏற்றப்பட்ட நாட்களும் உண்டு.

உள்ளூர் மக்களை அடிமைகளாக கப்பல்களில் ஏற்றி அனுப்பியது தொடர்பான நிர்வாக ஆவணக் கடிதங்கள் இருக்கின்றன. அவை ஹேலின் கையெழுத்தையும் உள்ளடக்கியிருக்கின்றன (இந்த ஆவணங்கள் *Records of Fort St. George Diary And Consultation Book of 1686* தொகுப்பில் இருக்கின்றன). இதிலும் ஹேலின் பினாமி நிறுவனம் புகுந்து விளையாடியது. ஊழல் குற்றச்சாட்டுகள் அதிகரிக்க ஒருவழியாக ஹேலின் பதவி பறிக்கப்பட்டது. பதவி பறிபோனாலும் சில ஆண்டுகள் மதராசப்பட்டிணத்தில்தான்

தங்கியிருந்தார். அவர் மீதான ஊழல் குற்றச்சாட்டு விசாரணை நடந்தது. அடிக்க வேண்டிய இடத்தில் பணத்தை அடித்தால்

அடிமைகளாக விற்பனை செய்ய கடத்திவரப்பட்ட சிறுவர்கள்

குற்றச்சாட்டுகள் எல்லாம் விருதுகளாகவும் உயர் பதவிகளாகவும் உரு மாறி நாம் உத்தம புத்திரனாக அறிவிக்கப்படுவோம் என்பதை அறியா பிள்ளையா என்ன அவர்.

ஊழல் குற்றச்சாட்டுகளுக்கும் அவருக்கும் எவ்வித தொடர்பும் இல்லையென்று அறிவிக்கப்பட்டு 1699-ல் இங்கிலாந்து திரும்பினார் அவர். வந்தவரை வரவேற்று நியூ யார்கின் கவர்னராக பதவி உயர்வு கொடுத்து அமெரிக்காவிற்கு அனுப்பி வைத்தது இங்கிலாந்து. அமெரிக்காவில் பிறந்த அவர் இங்கிலாந்திற்கு வந்து பிரிட்டிஷ் கிழக்கிந்திய கம்பெனியில் சேர்ந்து மதராசப்பட்டிணத்தின் கடை நிலை எழுத்தாளராக வேலைக்கு அமர்த்தப்பட்டு புனித ஜார்ஜ் கோட்டைக்கு அனுப்பி வைக்கப்பட்டவர். அந்த வேலையில் இருந்து படிப் படியாக உயர்ந்து மதராசப்பட்டிணத்தின் கவர்னராக உயர்ந்து கூடவே தனக்கான ஊழல் சாம்ராஜ்யத்தையும் நிறுவிக்கொண்டு மீண்டும் அமெரிக்காவிற்கே போய் சேர்ந்தார்.

தனிப்பட்ட வகையிலும் இன்றளவும் புனித ஜார்ஜ் கோட்டையுடன் தொடர்புகளை கொண்டிருப்பவர். கோட்டையில் இருக்கும் செயின்ட் மேரிஸ் தேவாலயத்தில்தான் அவருக்கு திருமணம்

நடைபெற்றது. அதே தேவாலயத்தில் அவருடைய ஐந்து வயது மகன் டேவிட்டின் இறுதி சடங்கு ஊர்வல நிகழ்ச்சியும் நடந்தது. முந்நூறு ஆண்டுகளுக்கு முன்பு வாழ்ந்து மறைந்த ஒரு மனிதனுடைய அதி மகிழ்ச்சியும் அதி துக்கமுமான வாழ்கை தருணங்களை வரலாற்று அடையாளமாக இன்றைக்கும் அந்த தேவாலயத்தில் நம்மால் காண முடியும். செயின்ட் மேரிஸ் தேவாலயம் குறித்து அடுத்த அத்தியாயத்தில் பார்ப்போம். வெள்ளையர் நகர தெருவில் வாழ்ந்த மற்ற நபர்களை இனி பார்ப்போம்.

சவுல்டிரி தெருவில் ஹேலின் அக்கம் பக்க வீட்டுக்காரர்களாக இருந்தவர்கள் கேப்டன் ஜேம்ஸ் பெட், எப்ராஹீம், பீட்டர் லார்ஜ், அப்லோக், ஹீத்பீல்ட், உர்ஸ்லா ஓ'நியால். வில்லியம் டிக்சன் வாடகைக்கு குடியிருந்தார். செயின்ட் தாமஸ் தெரு போர்ச்சுகீசியர்கள் அதிகம் இருந்த பகுதி. அதில் 21 வீடுகளும் சில சேமிப்பு கிடங்குகளும் இருந்தது. கம்பெனியில் பணி செய்த சென்னியும், ராபர்டும் இந்த தெருவில் வசித்தார்கள். ஜேம்ஸ் தெருவில் தற்காலிக மருத்துவமனை கட்டிடங்களும் (ஜான் பயஸ் என்பவருக்கு சொந்தமானது), கம்பெனி வணிகர்களின் கிடங்கு கட்டிடங்களும், மரியா மடேரா என்பவருக்கு சொந்தமான வீடும் இருந்தது. முன்னாள் ஏஜன்ட் கவர்னர் கைபோர்டும், ஜான் பிட்டும் அதில் குடியிருந்தார்கள்.

மொத்தமாக இருந்த 129 வீடுகளில் பெரும்பான்மையானவை போர்ச்சுகீசியர்களுக்கு சொந்தமானதாகவே இருந்தது.

# செயின்ட் மேரிஸ் தேவாலயம் – *1678*

மதராசப்பட்டிணம் (சென்னைப்பட்டிணம்) நிறுவப்பட்டு தொடக்க காலக்கட்டடங்களில் கட்டப்பட்ட கட்டிடங்களில் எத்தகைய பெரிய மாற்றங்களும் நிகழ்த்தப்படாமல் கட்டியது கட்டியதுபோலவே இருக்கும் கட்டிடங்களில் மிக முக்கியமானது செயின்ட் மேரிஸ் தேவாலயம். புனித ஜார்ஜ் கோட்டை கட்டிடத்தை போன்றே இதுவும் பிரிட்டிஷ் கிழக்கிந்திய கம்பெனியின் வளர்ச்சியையும் வீழ்ச்சியையும் கண்டிருக்கிறது. வரலாற்றில் தங்களுக்கான பக்கங்களை உருவாக்கிக்கொண்ட பல முக்கிய மனிதர்களின் காலடித்தடங்களை சுவடுகளாக தன்னகத்தே கொண்டிருக்கும் தேவாலயம்.

பல மனிதர்களை, அவர்களின் பேராசை வழி உருவான போர்களை, பேய் மழைகளை, பெரும் புயல்களை கடந்து வந்திருக்கும் அது மிக அமைதியாக அதே சமயத்தில் கம்பீரமாக உட்கார்ந்திருக்கிறது அதற்கு எதிரில் இருக்கும் கடலை பார்த்தபடி. அதை கட்டியெழுப்பியர்களே அடுத்த முந்நூற்று ஐம்பது வருடங்களுக்கு நிலைத்து நின்று தங்களின் பெயரை நினைவுப்படுத்தும் அந்த தேவாலயம் என்பதை நினைத்துப் பார்த்திருக்கமாட்டார்கள். டேவும் கோகனும் புனித ஜார்ஜ் கோட்டையை கட்டிய புதிதில் தேவாலயம் என்று தனியாக எந்த கட்டிடமும் கட்டப்படவில்லை. கிடங்கு கட்டிடத்தின் ஒரு பகுதியே வழிபாட்டிற்கான இடமாக பயன்படுத்திக்கொள்ளப்பட்டது. வழிபாடுகளையும் கப்பூச்சின் (ரோமன் கத்தோலிக்க கிறிஸ்தவத்தில் ஒரு பிரிவு) பாதிரியார் ஒருவர் வழி நடத்தினார்.

ஆங்கிலேயர்கள் சீர்திருத்த கிருத்தவ பிரிவை (ஆங்கிலிக்கன் ப்ரோடஸ்டன்ட்) சேர்ந்தவர்கள். கத்தோலிக்க வழிபாட்டு முறை அவர்களுக்கு ஏற்புடையது இல்லை என்றாலும்

வெள்ளையர் நகரில் ரோமன் கத்தோலிக்க பிரிவை பின்பற்றக் கூடிய போர்ச்சுக்கீசியர்களே பெரும்பான்மையாக இருந்ததால் ஆங்கிலேயர்களுக்கு என்று தனியாக ஒரு தேவாலயத்தை கட்டுவது என்கிற தேவைக்கு இடமில்லாமல் போனது. அதற்காக அப்படியே விட்டு விட கூடாது என்கிற புனித ஜார்ஜ் கோட்டை ஆங்கிலேய அதிகாரிகள் மற்றும் பணியாளர்களின் தொடர்ச்சியான முயற்ச்சிகளின் படி தங்கள் வழிபாட்டிற்கான ஆங்கிலிக்கன் சீர்திருத்த தேவாலயம் ஒன்று கட்டுவது என்கிற திட்டத்தை செயல்படுத்தினார்கள். பிரிட்டிஷ் கிழக்கிந்திய கம்பெனி இதை பெரிதாக எடுத்துக்கொண்டு தேவாலயம் கட்டும் முயற்ச்சிகளுக்கு எப்படியான உதவிகளையும் செய்யவில்லை.

இந்த விசயத்தில் கண்டும் காணாமல் நடந்துகொண்டது. கம்பெனியை நம்பிக்கொண்டிருப்பதை விட நாமே ஒன்றிணைந்து தேவைப்படும் பணத்தை திரட்டி தேவாலயத்தை கட்டிவிடுவது என்று முடிவு செய்த அவர்கள் அதற்கான நிதியையும் திரட்டினார்கள். அப்போது கோட்டையின் தலைமை ஏஜன்ட் கவர்னர் அதிகாரத்தில் இருந்த ஸ்டிரைன்ஷேம்ஸ் மாஸ்டர் தன் பங்காக 100 பக்கோடாக்களை வழங்கியிருக்கிறார். தேவாலயத்திற்கான வடிவமைப்பு பணியை செய்தவர் வில்லியம் டிக்சன் (இவர் கோட்டையின் தலைமை பொறியியல் அதிகாரி. இவரை நாம் முன்பே பார்த்திருக்கிறோம்). கட்டிடப் பணிகளும் இவருடைய மேற்பார்வையிலேயே நடைபெற்றது. ரெவரன்ட் பிராங்க் பென்னி The Church in Madras என்கிற புத்தகத்தில் தேவாலயத்தை வடிவமைத்து கட்டியது எட்வர்ட் பவுல் என்று குறிப்பிடுகிறார்.

தேவாலயத்திற்கான அடித்தள பணிகள் 1678, புனித மேரியை பெருமைப்படுத்தும் நாளன்று (ஆகஸ்ட் 15) தொடங்கியது. இதன் காரணமாக தேவாலயத்திற்கு புனித மேரிஸ் தேவாலயம் என்கிற பெயரே சூட்டப்பட்டுவிட்டது. இரண்டு ஆண்டுகளுக்கு தொடர்ந்த கட்டிடப் பணிகள் 1680-ல் நிறைவடைந்தது. அதே ஆண்டு அக்டோபர் 28 அன்று தேவாலயம் மக்களின் வழிபாட்டிற்காக திறந்துவிடப்பட்டது. அப்போது கொத்தளம் மற்றும் கோட்டை சுவர்களின் மீதிருந்த பீரங்கிகளின் மூலம் குண்டுகளை வெடிக்க செய்து இந்த நிகழ்வை கொண்டாடினார்கள் ஆங்கிலேயர்கள். இந்தியாவில் (சொல்லப்போனால் கிழக்காசிய பகுதிகளிலேயே)

முதல் முதலாக கட்டப்பட்ட ஆங்கிலிக்கன் தேவாலயம் இதுதான். சர்ச் தெரு மற்றும் செயின்ட் தாமஸ் தெருவிற்கு இடையில் (இது அனுமானம் மாத்திரமே) கட்டப்பட்ட இந்த தேவாலயம் பீரங்கி தாக்குதல்களையும் புயல் மழை தாக்குதல்களையும் நன்றாக கவனத்தில் கொண்டே கட்டப்பட்டது. இதன் மேல்தளப்பகுதி குண்டுகள் தாக்கி சேதப்படுத்திவிடாத அளவிற்கு சுமார் 5 அடி மொத்த சுவர் கொண்டு கட்டப்பட்டது. கருப்பர் நகரில் இருந்த ஆங்கிலேயர்களின் கல்லறைத்தோட்டம் (பிரிட்ஜ் தெரு) இந்த ஆலயத்துடன் இணைக்கப்பட்டது. சுமார் நூறு வருடங்கள் கழித்து பிரெஞ்சு படைகள் புனித ஜார்ஜ் கோட்டையை தாக்கி அதை கைப்பற்றிக்கொண்ட போது தங்களுக்கான பாதுகாப்பு அரணை உருவாக்கும் பொருட்டு கல்லறை தோட்டத்தில் இருந்த பல சமாதி நினைவு சரளை கற்களை பெயர்த்து எடுத்துவிட்டார்கள்.

கோட்டை மீண்டும் ஆங்கிலேயர்களின் கைகளுக்கு வந்தப் பிறகு பிரெஞ்சு படைகள் பயன்படுத்திய அனைத்து சமாதி நினைவு சரளை கற்களையும் இந்த தேவாலயத்திற்கு கொண்டு வந்தார்கள். தேவாலயத்தின் வடக்கு பகுதியில் இந்த கற்களை பதித்து வைத்தார்கள். அந்த கல்லறை கற்களில் மிகவும் பழமையானது எலிசபெத் பேக்கருடையது. அவருடைய நினைவாக அவருடைய கல்லறையில் பதிக்கப்பட்டிருந்த கல்லான அது ஆகஸ்ட் 5, 1652 என்கிற தேதியை சுமந்திருக்கிறது. எலிசபெத் பேக்கர், மதராசப்பட்டிணத்தின் முதல் ஏஜன்ட் கவர்னரான ஆரோன் பேக்கரின் மனைவி. பிரெஞ்சுக்காரர்களின் கரங்களில் இருந்து தப்பி பிழைத்திருந்த பிரிட்ஜ் தெரு கல்லறை தோட்டத்தில் ஹேலின் மகன் டேவிட் ஹேலின் சமாதி நினைவு கல் அப்படியே இருந்தது.

அதில் பொறிக்கப்பட்டிருந்த வாசகங்கள்,
*Here lies DAVID*
*Son of the Honorable ELIHU YALE*
*President and Governor of Fort St. George and the city of Madras*
*Born 15 May 1684 and died 25 January in the year 1688*

செயின்ட் மேரிஸ் தேவாலய வளாகத்திற்குள்ளும் கூட சில சமாதிகள் இருக்கின்றன. மதராசப்பட்டிணத்தின் கவர்னர்களாக

செயின்ட் மேரிஸ் தேவாலயம் - வெள்ளையர் நகரம், சர்ச் தெரு

நன்றி: பிரிட்டிஷ் லைப்ரரி

செயின்ட் மேரிஸ் தேவாலயம் - வெள்ளையர் நகரம்

இருந்த சிலரின் (ஆறு பேர்) சமாதிகளும் அதில் அடக்கம். நாம் மீண்டும் ஹேலிடம் போக வேண்டும். காரணம் இந்த

செயின்ட் மேரிஸ் தேவாலயம் - வெள்ளையர் நகரம்

தேவாயலத்தில் நடைபெற்ற முதல் திருமணம் (ஆங்கிலிக்கன் முறைப்படி) ஹேலினுடையதுதான். நவம்பர் 4, 1680-ல் கேத்தரின் ஹிம்மர்ஸ் என்பவரை ஹேல் இங்கு திருமணம் செய்துகொண்டார். இவர்களுக்கு பிறந்த ஒரே மகன்தான் டேவிட் ஹேல். ஹேலுக்கு அவருடைய மகன் மீது அளவு கடந்த பாசம். ஆனால் ஐந்து வயதிலேயே மரணம் அந்த சிறுவனை எடுத்து சென்றுவிட்டது. மகனின் இறுதி ஊர்வலம் கோட்டையின் சவுல்டிரி கேட்டை கடந்து கல்லறை தோட்டத்திற்கு செல்கையில் ஹேல் கதறி அழுததாக குறிப்புகள் இருக்கின்றன.

பல சின்னஞ் சிறுவர்கள் கடத்தப்பட்டு அடிமை வணிகத்திற்கு விற்கப்பட்டபோது அவர்களுடைய தாய் தந்தையரும் அப்படித்தான் கதறி அழுதிருப்பார்கள். அவர்களின் வயிற்றெரிச்சல் சாபங்களும், கடத்தப்பட்ட சிறுவர்களின் விம்மல்களும் கொடூரமானவைகள்தானே. கணக்குகளை சரிக்கட்டி தீர்க்க வரலாறு இருக்கும்போது நாம் யார் உள்ளே புகுந்து பாவ புண்ணிய நாட்டாமை செய்வதற்கு. செயின்ட் மேரிஸ் தேவாலயம் எவ்வளவு பழமையானதோ அதை விட மிக மிக பழமையானது செயின்ட்

தாமஸ் மலை ஆலயம் (இன்றைய செயின்ட் தாமஸ் மவுண்ட்). மதராசப்பட்டிண ஆங்கிலேய அதிகாரிகள் இந்த ஆலயத்தை குறித்து சேந்தோம் போர்ச்சுகீசியர்களின் வழி அறிந்துகொண்டார்கள்.

தொடக்க கால ஆங்கிலேயர்களின் உல்லாச பகுதியாக கருதப்படக் கூடிய அளவிற்கு செயின்ட் தாமஸ் மலை பகுதியில் வளைத்து வளைத்து தோட்ட வீடுகளை வாங்கிப்போட்டார்கள் புனித ஜார்ஜ் கோட்டை ஆங்கிலேய அதிகாரிகள். இனிய நினைவுகளுடன் நேரத்தை செலவிடவும், உடலை தேற்றிக்கொள்ளவும், கழுகு கொண்டு நிகழ்த்தப்படும் வேட்டையில் ஈடுபடவும் (1651-ல் ஆங்கிலேய தலைமை ஏஜன்ட் தாமஸ் கிரீன்ஹில் இங்கே கழுகு வேட்டையில் விளையாட்டில் ஈடுபட்டதாக குறிப்புகள் சொல்கின்றன.) தாமஸ் மலை தோட்ட வீடுகளை பயன்படுத்திக்கொண்டார்கள். அருகில் இருந்த கிண்டியும் (இன்றைய கிண்டி) தோட்டம் துறவு என்று அடர்ந்த மரங்களைக்கொண்ட நிழல் பாவிய இடமாக இருந்ததால் அங்கும் தோட்ட வீடுகளை வாங்கிப்போட்டார்கள். அடுத்து வந்த நூறு ஆண்டுகளில் செயின்ட் தாமஸ் மலை மற்றும் கிண்டி பகுதிகளில் ஆங்கிலேயர்களின் தோட்ட வீடுகளே அதிகம் இருந்தன.

நோய் தாக்கும் கம்பெனி பணியாளர்களை குணப்படுத்தும் விதமாக 1685-ல் செயின்ட் தாமஸ் மலை பகுதியில் ஒரு சானட்டோரியம் அமைக்கப்பட்டது. ஆங்கிலேயர்களின் வருகைக்கு பின்பே இந்த இரு பகுதிகளும் களைக்கட்டியது. மதராசப்பட்டிணத்திற்கு வெளியே இரு பெரும் சாலைகள் இருந்தன. ஒன்று பூந்தமல்லி வரை செல்லும் சாலை மற்றொன்று செங்கல்பட்டு வரை செல்லும் சாலை. செயின்ட் தாமஸ் மலை மற்றும் கிண்டி பகுதிகளை அடைய செங்கல்பட்டு சாலையை அதிகம் ஆங்கிலேயர்கள் பயன்படுத்தியதாலும் அந்த சாலை அவர்களை அந்த இரு பகுதிகளின் தோட்ட வீடுகளுக்கு அழைத்து சென்றதாலும் அதற்கு மவுண்ட் ரோட் (Mount Road) என்று அடையாளப் பெயர் வைத்து குறிப்பிடத் தொடங்கினார்கள். சைதாப்பேட்டை மற்றும் கிண்டிக்கு அருகில் இந்த சாலையை அடையாறு ஆறு துண்டித்து ஓடிக்கொண்டிருந்தது.

செயின்ட் தாமஸ் மௌண்ட் - தோட்ட வீடுகளில் ஒன்று

நன்றி: பிரிட்டிஷ் லைப்ரரி

அடையாறும் கூவமும் மழைக் காலங்களில் மாத்திரமே இரு கரைகளும் வழிந்து நிரம்பும் அளவிற்கு வெள்ளமாக பெருக்கெடுத்து

கிண்டி தோட்ட வீடுகளில் ஒன்று

நன்றி: பிரிட்டிஷ் லைப்ரரி

ஓடக் கூடியவைகள். வருடத்தின் மற்ற நாட்களில் அதில் நீர் போக்கு என்பது மனிதர்கள் கால் நடையாகவும், குதிரைகளிலும், மாட்டு

கிண்டி தோட்ட வீடுகளில் ஒன்று

நன்றி: பிரிட்டிஷ் லைப்ரரி

வண்டிகளிலும் கடக்க கூடியதாகவே இருந்திருக்கும். அப்போது மழை வற்றிய கோடைக் கால வருடங்களே தொடர்ச்சியாக வந்தும் போய்க்கொண்டுமிருந்ததால் அடையாற்றை கடந்து அக்கரைக்கு செல்வது அவ்வளவு கடினமான காரியமாக இருந்திருக்காது. இதன் காரணமாகவே அடையாற்றின் குறுக்காக எவ்வித பாலமும் கட்டாமல் சுமார் அரை நூற்றாண்டிற்கு மவுண்ட் சாலையை பயன்படுத்தியிருக்கிறார்கள் ஆங்கிலேயர்கள்.

பதினெட்டாம் நூற்றாண்டில் முதல் காலாண்டு பகுதியிலேயே (அதாவது 1726) மர்மலாங் மேம்பாலம் (மாம்மலம் என்பது மர்மலாங்காக திரிந்திருக்கலாம் என்று சில ஆய்வாளர்கள் கருதுகிறார்கள்) அடையாற்றின் குறுக்கே கிண்டியையும் சைதாப்பேட்டையும் இணைத்து கட்டப்பட்டது. இந்த மேம்பாலத்தை தனி ஆளாக கட்டி பொது மக்களின் மற்றும் கம்பெனியின் பயன்பாட்டிற்கு விட்ட வியாபாரியை குறித்து அடுத்தடுத்த பகுதிகளில் பார்க்கலாம். தாமஸ் பிட் *(1698 - 1709)* கவர்னராக இருந்தபோது கிண்டியில் இருந்த தோட்ட வீடு ஒன்று கம்பெனியின் கைகளில் கொடுக்கப்பட்டது. ஆங்கிலேயர்களின் தோட்ட வீடு மோகத்தை கண்டு பூங்காவுடன் கூடிய அந்த

இடம் கம்பெனிக்கு பரிசாக வழங்கப்பட்டிருக்கலாம் என்று கருதப்படுகிறது. வழங்கியவர் சின்ன வெங்கடாதிரி. பெர்ரி திம்மண்ணாவுடன் இணைந்து தொழில் செய்தவர். வழங்கப்பட்ட ஆண்டு *1695*. ஆனால் வெங்கடாதிரி வழங்கிய தோட்ட வீடு இதுதானா என்பதற்கான நேரடியான ஆவண சாட்சியங்கள் ஏதுமில்லை. எப்படியோ கம்பெனிக்கு இப்போது இரண்டு தோட்ட வீடுகள் கைகளில். ஒன்று நாம் முன்பே பார்த்த தீவுத் திடல் தோட்ட வீடு மற்றொன்று இது. கோட்டைக்கு மிக அருகில் இருந்த தீவுத் திடல் தோட்ட இல்லத்தை விட இதையே ஆங்கிலேய அதிகாரிகள் பெரிதும் விரும்பினார்கள். தொலைவில் இருந்தாலும் இதில் வந்து தங்கி பொழுதை கழிப்பதையே ஆவலாக எதிர் நோக்கி காத்திருந்தார்கள்.

அதேபோல பூந்தமல்லி சாலையை தவிர்த்து மவுண்ட் சாலையையே பெரிதும் பயன்படுத்தினார்கள். ஆங்கிலேயர்களின் வருகைக்கு பிறகு மவுண்ட் சாலை பரபரப்பாகிவிட்டது என்று சொல்லும் அளவிற்கு. பூந்தமல்லி சாலையை அவர்கள் கண்டுகொள்ளாததற்கு பின்னால் அரசியல் இருந்தது. லிங்கப்பா என்பவர் செய்த அரசியல். தமர்லா அய்யப்பாவிற்கு (தமர்லா வெங்கடப்பாவின் தம்பி) பிறகு பூந்தமல்லியின் நாயக்காக வந்தவர் லிங்கப்பா (*1674*-ல்). இவர் காஞ்சிபுரத்தில் வசிக்க பூந்தமல்லியை கவனித்துக்கொண்டவர் இவருடைய உறவினர் மதனா.

லிங்கப்பா நாயக்காக வந்து உட்கார்ந்த முதல் நாள் தொடங்கியே சென்னைப்பட்டிண ஆங்கிலேயர்களுக்கு அவருடைய செயல்பாடுகள் மூலமான குடைச்சல் ஆரம்பமானது. பிரச்சனை நேரடியாக அவருக்கும் பிரிட்டிஷ் கிழக்கிந்திய கம்பெனிக்குமானது இல்லையென்றாலும் கம்பெனியின் உள்ளூர் தலைமை வணிகர்களின் குத்தகை செயல்பாடுகள் அவருக்கு பிரச்சனையை ஏற்படுத்தியது. புனித ஜார்ஜ் கோட்டையின் துபாஷிகளான உள்ளூர் தலைமை வணிகர்கள் அக்கம் பக்க கிராமங்களின் விளைச்சலை குத்தகைக்கு எடுத்திருந்தார்கள் என்பதை நாம் முன்பே பார்த்தோம்தானே.

அதுதான் பிரச்சனைக்கான மூலம். அரிசி முதலான விவசாய விளை பொருட்களை அதிக விலை கொடுத்து கொள்முதல் செய்தார்கள்

சென்னைப்பட்டிணத்தில் இருந்த உள்ளூர் தலைமை வணிகர்கள். புலிக்காட்டில் இருந்த டச்சு கம்பெனியின் உள்ளூர் தலைமை வணிகர்களும் அதிக விலை கொடுத்தே உள்ளூர் விவசாய விளை பொருட்களை வாங்கினார்கள். இதன் காரணமாக அக்கம் பக்கம் கிராம விவசாயிகள் தங்களுடைய விளை பொருட்களை மதராசப்பட்டிணத்திலும் புலிக்காட்டிலுமே விற்பனை செய்யத் தொடங்கினார்கள்.

உள்ளூர் மற்றும் வெளிநாடுகள் என்று இரு பக்கங்களிலும் சில்லறை வணிக சந்தையை கட்டுப்படுத்தக் கூடிய பலம் சென்னைப்பட்டண மற்றும் புலிகாட் தலைமை வணிகர்களுக்கு இருந்த காரணத்தால் அவர்களால் அதிக விலை கொடுத்து விளை பொருட்களை வாங்க முடிந்தது ஆனால் உள்ளூர் சில்லறை வணிக சந்தையை மாத்திரமே நம்பியிருந்த குத்தகைதாரர்களுக்கு கம்பெனியின் வணிகர்களுடன் போட்டிபோட்டுக்கொண்டு அதிக விலை கொடுத்து உற்பத்தி பொருட்களை வாங்குவது என்பது முடியாத காரியமானது. ஒன்று அவர்கள் கம்பெனியின் வணிகர்களுக்கு நிகராக விலை கொடுத்து உற்பத்தி பொருட்களை வாங்க வேண்டும் அல்லது தொழிலை விட்டு வெளியேற வேண்டும் என்கிற நிலை.

உள்ளூர் வணிக சந்தையில் கம்பெனி தலைமை வணிகர்களின் ஏகபோகம் *(monopoly)* உள்ளூர் குத்தகைதாரர்களை கோபம் கொள்ள செய்தது. அந்த கோபத்தின் வெளிப்பாடாக கம்பெனி வணிகர்களின் தொழிலுக்கு எப்படியான தடங்களை ஏற்படுத்த முடியுமோ அது அத்தனையையும் முயற்ச்சி செய்துபார்த்தார்கள். இதன் தொடர்ச்சிதான் லிங்கப்பாவின் செயல்பாடுகள். சென்னைப்பட்டிணத்தை சுற்றியிருக்கும் கிராமங்களின் விவசாய குத்தகை வாய்ப்பு முடிந்தவரை கம்பெனி தலைமை வணிகர்களின் கைகளுக்கு சென்றுவிடாமல் பார்த்துக்கொள்ளுதல், தேவைப்பட்டால் பூந்தமல்லி சாலையை ஒட்டியிருக்கும் விவசாய கிராமங்களின் விளை பொருட்கள் சென்னைப்பட்டிணத்திற்குள் செல்ல முடியாதபடி பூந்தமல்லி சாலையில் முற்றுகை ஏற்படுத்தல் (செக் பாயிண்ட்) போன்ற செயல்பாடுகள் புனித ஜார்ஜ் கோட்டை பெரும் குடைச்சலாக இருந்தது.

கோல்கொண்டா அரசில் தனக்கிருந்த செல்வாக்கை பயன்படுத்தி சென்னைப்பட்டிணத்தை சுற்றியிருந்த கிராமங்கள் அனைத்தின் விவசாய குத்தகையையும் வாங்கிக் குவித்தார் லிங்கப்பா. புனித ஜார்ஜ் கோட்டை கடித தொடர்பு ஆவணம் ஒன்று அவர் 2,00,000 பக்கோடாக்களை குத்தகை தொழிலில் முதலீடு செய்திருந்ததாக சொல்கிறது. உள்ளூர் மற்றும் வெளிநாட்டு வணிக சந்தையை கட்டுப்படுத்திக்கொண்டிருந்த கம்பெனி தலைமை வணிகர்களாலும் கூட இவ்வளவு பெரிய முதலீட்டுடன் போட்டிபோட சற்று சிரமமாகத்தான் இருந்தது.

வீரண்ணா (ஹசன் கான்) சேந்தோமை 1,300 பக்கோடாக்களுக்கு கோல்கொண்டா அரசிடமிருந்து குத்தகைக்கு எடுத்திருந்தார். மேலும் திருவற்றியூர் மற்றும் எழும்பூர் கிராமங்களையும் குத்தகைக்கு எடுக்கும் முயற்சியிலும் இருந்தார் ஆனால் அது முடியாமல்போனது. லிங்கப்பா முன்பே அவைகளை குத்தகைக்கு எடுத்துவிட்டிருந்தார். சேந்தோமையும் குறிவைத்திருந்தார் அவர். சேந்தோம் கிராமத்திற்கு 2,500 பக்கோடாக்கள் குத்தகைத் தொகையாகவும் 500 பக்கோடாக்கள் வேலையை முடித்து கொடுப்பவருக்கான இலஞ்சமாகவும் அவர் நிர்ணயித்திருந்தார். இந்த தகவல் வீரண்ணாவிற்கு வந்து சேருகிறது.

கோல்கொண்டா மற்றும் பிரெஞ்சு முற்றுகையின் காரணமாக சேந்தோம் கிராமம் வெறிச்சோடியிருந்தது. அதில் புதிதாக வீடுகளை கட்டி மீள் குடியேற்றம் செய்ய வேண்டியிருந்தது. அப்படி செய்தால் மட்டுமே அந்த கிராமத்தின் விவசாய உற்பத்தியை பெருக்க முடியும் என்கிற நிலை. அதை குத்தகைக்கு எடுத்திருந்த வீரண்ணா குத்தகைத்தொகை போக வீடுகள் கட்டுவதிலும் முதலீடு செய்திருந்தார். இந்த நிலையில் குத்தகை தொகையை 2,500 பக்கோடாக்களாக உயர்த்துவது அவரை இக்கட்டத்தில் தள்ளியது. அதுதானே லிங்கப்பாவிற்கும் வேண்டியிருந்தது.

தன்னுடைய நிலையை விளக்கி கடிதம் எழுதிய வீரண்ணா கூடவே 500 பக்கோடாக்கள் இலஞ்சத்தையும் அதில் வைத்து திணித்து கோல்கொண்டாவிற்கு அனுப்பினார். இதன் பிறகு சேந்தோமின் குத்தகை தொகை மாத்திரமல்ல அதை சுற்றியிருந்த கிராமங்களின் குத்தகை தொகையையும் உயர்த்திவிட்டது கோல்கொண்டா.

எல்லாம் லிங்கப்பாவின் வியாபார மற்றும் தொழில் வியூகத்தின் வெளிப்பாடு. சேந்தோமை மையமாக கொண்ட கிராமங்களான பல்லாவரம், நன்மங்கலம், ஆலந்தூர், நந்தம்பாக்கம், மாம்பலம் மற்றும் சத்தியவேடு ஆகியவற்றின் விவசாய குத்தகைத்தொகை ஆண்டுக்கு 1500 பக்கோடாக்களாக உயர்த்தப்பட்டது. திருவற்றியூரை மையமாக கொண்ட கிராமங்களான சாத்தங்காடு, சேடையன்குப்பம், தாந்தூர், எரடலாசேரி, எரணூர் மற்றும் கத்திரிவாக்கம் ஆகியவற்றின் குத்தகைத்தொகை ஆண்டுக்கு 900 பக்கோடாக்களாகவும், எழும்பூரை மையமாக கொண்ட புரசைவாக்கம், புதுபாக்கம், வேப்பேரி, கீழ்பாக்கம், சேத்துப்பட்டு, அமஞ்சிகரை, நுங்கம்பாக்கம் மற்றும் அகரம் ஆகியவைகளின் குத்தகை தொகை ஆண்டுக்கு 670 பக்கோடாக்களாகவும் உயர்த்தப்பட்டது.

எழும்பூரும் அதை மையமாக கொண்டிருந்த கிராமங்களும், திருவற்றியூரும் அதன் கிராமங்களும் முன்பே லிங்கப்பாவின் கைகளுக்கு போய்விட்டிருந்தது. இந்த கிராமங்களை சென்னைப்பட்டிணத்துடன் இணைத்துக்கொள்ள அப்போதைய கவர்னர்களான லாங்ஹார்னும், மாஸ்டரும் எடுத்த முயற்ச்சிகள் தோல்வியிலேயே முடிந்தன. சேந்தோமும் அதை மையமாக கொண்டிருந்த கிராமங்களும்தான் லிங்கப்பாவின் அடுத்த குறியாக இருந்தது. கோல்கொண்டா அறிவித்திருந்த 1500 பக்கோடாக்கள் குத்தகைத்தொகையை கொடுத்து சேந்தோமையும் அதன் மற்ற கிராமங்களையும் வளைத்துப்போட்டுவிட்டார். சேந்தோமும் அதன் கிராமங்களும் வீரண்ணாவின் கைகளில் இருந்து பறிப்போனது. அதாவது கம்பெனியின் கையிலிருந்து.

கம்பெனியின் தலைமை வணிகர்கள் கொள்முதல் விலையை உயர்த்தி உள்ளூர் வணிக சந்தையை ஏகபோகமாக்க முயற்ச்சிக்க, அவர்கள் வழியிலேயே சென்று அவர்கள் கொடுக்கும் விலைக்கு நிகராக விலை கொடுத்து விவசாய உற்பத்தி பொருட்களை வாங்கி போட்டிபோடுவதைதவிர்த்து கிராமங்களின் குத்தகைத்தொகையை உயர்த்தி அவைகளை தன்னுடைய கட்டுப்பாட்டிற்குள் கொண்டு வருவதன் மூலம் கம்பெனியின் ஏகபோகத்திற்கு முட்டுக்கட்டை போட்டார் லிங்கப்பா. மவுண்ட் சாலை வழியாகவும், திருவல்லிக்கேணி சாலை வழியாகவும் சென்னைப்பட்டிணத்திற்கு

வந்துகொண்டிருந்த விவசாய விளை பொருட்கள் அனைத்தும் நின்றுபோனது. சேந்தோம் மற்றும் திருவற்றியூர் விவசாய உற்பத்தி பொருட்கள் அனைத்தையும் *1678*-ல் வேப்பேரி மற்றும் எழும்பூரில் இருந்த அவருடைய சேமிப்பு கிடங்கிற்கு திருப்பிவிட்டுவிட்டார் லிங்கப்பா. இதன் மூலம் சென்னைப்பட்டிணத்திற்கு விவசாய உற்பத்தி விளை பொருட்கள் செல்ல வேண்டுமென்றால் அது பூந்தமல்லி சாலை வழியாகத்தான் செல்லவேண்டும். அதாவது விவசாய உற்பத்தி பொருட்களை லிங்கப்பாவின் சேமிப்பு கிடங்குகளில் இருந்துதான் வாங்கியாக வேண்டும். வேறு வழியே கிடையாது. கம்பெனி தலைமை வணிகர்களின் ஏகபோகத்திற்கு எதிராக அவர் வகுத்திருந்த தொழில் வியூகம் வெற்றிகரமாக வேலை செய்தது.

கம்பெனியின் தலைமை வணிகர்கள் அலறும் விலையை தன்னுடைய கிடங்கு பொருட்கள் வைத்தார் லிங்கப்பா. சுற்றியிருந்த கிராமங்களில் இருந்து வலுக்கட்டாயமாக உற்பத்தி பொருட்களை கொண்டு வந்து நிலையை சமாளித்தார்கள் ஆங்கிலேயர்கள். பிரச்சனை நீர்பூத்த நெருப்பாக இரு பக்கமும் கனன்று கொண்டே இருந்தது. மூன்று வருடங்கள் கழித்து அதாவது *1681*-ல் மீண்டும் ஒரு முற்றுகையை செயல்படுத்தினார் லிங்கப்பா. கோல்கொண்டா கவர்னரிடமிருந்து புனித ஜார்ஜ் கோட்டை ஒரு அறிவிப்பு வந்தது *(ஏப்ரல் 6, 1681 தேதியிடப்பட்டது)*. சென்னைப்பட்டிணத்திற்கு எந்த சாலை வழியாகவும் விளை பொருட்கள் வராது என்றும் தடை செய்யும்படி லிங்கப்பா கூறியதால் இந்த நடவடிக்கை எடுக்கப்படுவதாகவும் காரணம் கூறியது அந்த அறிவிப்பு.

சுற்றுப்புறத்தில் இருக்கும் கிராம மக்கள் அவர்களுடைய உற்பத்தி பொருட்களை சென்னைப்பட்டிணத்திற்கு எக்காரணம் கொண்டும் கொண்டு செல்ல கூடாது என்று தண்டோரா அறிவிப்பு கொடுக்கப்பட்டிருப்பதாகவும், மீறி யாரும் கொண்டு சென்று விடாது தடுக்கும் வகையில் குழுக்கள் ஏற்பாடு செய்யப்பட்டிருப்பதாகவும் அந்த அறிவிப்பில் சொல்லப்பட்டிருந்தது. கடுப்பேறிய அப்போதைய கவர்னர் மாஸ்டர், அறிக்கை பெற்ற மூன்றாவது நாளில் லெப்டினன்ட் ரிச்சர்ட்சன் தலைமையில் ஐம்பது படை வீரர்களையும், பல பியூன்களையும் *(பெத்த நாயக்கின் உதவியாளர்கள்)* கொண்டூருக்கு அனுப்பி வைத்தார்.

கொண்டூர் இப்போது எந்த ஊரை குறிக்கிறது என்பது தெரியவில்லை ஆனால் இது பூந்தமல்லி சாலையில் சென்னைப்பட்டிணத்திலிருந்து சுமார் 3 மைல் தொலைவில் இருந்திருக்கலாம் என்று அனுமானிக்கப்படுகிறது. சேந்தோம் மற்றும் திருவல்லிக்கேணி பகுதிகளில் இருந்து கொண்டுவரப்பட்ட உற்பத்தி பொருட்களை பாதுகாப்பு ஏற்பாடுகளுடன் இங்கு சேமித்து வைத்திருந்தார் லிங்கப்பா. ஆங்கிலேய படை அந்த கிடங்கை தாக்கி சேமிப்பு பொருட்களை கைப்பற்றிக்கொண்டு அந்த கட்டிடத்தை நிர்மூலமாக்கிவிட்டு அடுத்த நாள் பகலில் சென்னைப்பட்டிணத்திற்கு திரும்பியது.

லிங்கப்பாவின் உடமைகள் மீதான நேரடியான முதல் தாக்குதல் இது. இதற்கு பதிலடி கொடுக்க முடிவு செய்தார் அவர். மூன்று ஆண்டுகள் காத்திருந்து தெளிவான திட்டம் வகுத்து பிறகு செயலில் இறங்கினார். அந்த திட்டம் பூந்தமல்லி சாலையில் சென்னைப்பட்டிணத்திற்கு மேற்கே ஒரு மைல் தொலைவில் தனக்கான பாதுகாப்பு அரண் கட்டுவது. அதை தாண்டி சென்னைப்பட்டிணத்திற்குள் ஒருவரும் செல்ல முடியாது. அதேபோல சென்னைப்பட்டிணத்திற்குள்ளிருந்தும் ஒருவரும் அதை தாண்டி கிராமங்களுக்குள் செல்ல முடியாது. அதில் ஆயுதங்களை பொருத்துவது என்பதும் திட்டத்தின் ஒரு பகுதி. வேலைகள் தொடங்கியது.

சென்னைப்பட்டிணத்திலிருந்து ஆங்கிலேயர்களுக்கு அச்சமும் தொடங்கியது. பத்தடி உயரத்திற்கு இரும்பு போன்ற வலிமையான கட்டிடப் பொருட்களை கொண்டு இரண்டு அடுக்குகள் கொண்ட சுற்று சுவருடன் கண்ணெதிரே கட்டப்பட்டுவந்த லிங்கப்பாவின் பாதுகாப்பு அரண் எதிர் காலத்தில் நகரின் பாதுகாப்பிற்கு பெரும் ஆபத்தாக மாறக் கூடும் என்பதை முன்பே கணித்துவிட்ட அவர்கள் தங்கள் பங்கிற்கு கோட்டையின் பாதுகாப்பை பலப்படுத்த தொடங்கினார்கள். ஆனால் விதி கம்பெனி தலைமை வணிகர்களின் பக்கமாக அதிர்ஷ்டத்தை நகர்த்தியது. பாதுகாப்பு அரண் கொஞ்சம் கொஞ்சமாக வளர்ந்துகொண்டிருக்கும்போதே லிங்கப்பா இறந்துபோனார்.

அவர் எந்த ஆண்டு இறந்தார் என்பதற்கான குறிப்பு இல்லை ஆனால் *1687* டிசம்பர் *22* தேதியிடப்பட்ட ஆவணம் லிங்கப்பா அவருடைய பாதுகாப்பு அரண் திட்டத்தை நிறைவு செய்வதற்கு முன்பாகவே நல்ல வேலையாக இறந்துவிட்டார் சென்னைப்பட்டிணம் தப்பியது என்று குறிப்பிடுகிறது.

# கடற் கொள்ளையர்கள் 1640 – 1700

செயின்ட் மேரிஸ் தேவாலய வளாகத்திற்குள்ளும், ஆலயத்தோடு இணைக்கப்பட்டிருந்த கல்லறைத் தோட்டத்திலும் வரலாற்றில் தடம் பதித்து பலரின் உடல்கள் அடக்கம் செய்யப்பட்டிருக்கிறது என்பதை போன அத்தியாயத்தில் பார்த்தோம். தேவாலயத்தைப் போலவே தேவாலய குறிப்பேடுகளும் அங்கே இறுதி அடக்க ஆராதனை செய்யப்பட்டு அடக்கம் செய்யப்பட்ட பல மனிதர்களின் பெயர்களை பட்டியலாக கொண்டிருக்கிறது. அதில் ஒரு சிலரின் பெயர்களுக்கு முன்னால் "பைரட்ஸ் *(Pyrates - Pirates)*" என்று எழுதப்பட்டிருக்கிறது. கடற்கொள்ளையர்களேதான்.

தென்னிந்திய கடல் பகுதிகளைப் பொறுத்த வரை கடற்கொள்ளையர்களும், கடற்கொள்ளை நிகழ்வுகளும் புதிய விசயம் கிடையாது. கடற்கொள்ளையர்கள் குறித்த மிகைப்படுத்தப்பட்ட கதைகள் என்பது ஐரோப்பிய நாடுகளுக்கு மட்டுமானதும் கிடையாது. நம்மிடையேயும் இரத்தத்தை உறைய வைக்கும், பெயரை கேட்டாலே அடிவயிற்றை கலங்க வைக்கும் கடற்கொள்ளையர் சரித்திரம் உண்டு. சங்க இலக்கியம் தொடங்கி பெரிப்பலூஸ் புத்தகம் வரை இரண்டாயிரம் வருடங்களுக்கு முந்தைய தென்னிந்திய கடல் பகுதி கடற்கொள்ளையர்கள் குறித்த பதிவுகள் இருக்கின்றன. அவர்களின் அட்டகாசங்களை ஒழித்த சேர மன்னர்களின் கதைகள் இருக்கின்றன.

அதன் தொடர்ச்சியாக மதராசப்பட்டிணத்திலும் கடற்கொள்ளையர்களின் கதைகள் நமக்கு காணவும் கேட்கவும் கிடைக்கின்றன. செயின்ட் மேரிஸ் ஆலய ஆவணங்களில் ஒன்று *(1688-ஆம் ஆண்டின் தொடக்கம்)* மூன்று கடற்கொள்ளையர்களின் அடக்க நிகழ்வு குறித்து சொல்கிறது. ஜேம்ஸ் ஸ்மித், ரால்ப் ஷாக்லே

மற்றும் அலெக்சாண்டர் ஹன்டர். மூவருக்கும் வழங்கப்பட்டது மரண தண்டனை. மூவரும் தேடப்பட்ட கடற்கொள்ளையர்கள். இந்திய பெருங்கடல் பகுதியில் வணிகம் செய்துகொண்டிருந்த பிரிட்டிஷ் கிழக்கிந்திய கம்பெனியின் கப்பல்களை விரட்டி விரட்டி கொள்ளையடித்த ஒரு பெரும் கடற்கொள்ளை வலைப்பின்னலின் உறுப்பினர்கள். மலாக்கா ஜலசந்தியை *(Strait of Malacca* – இன்றைய மலேசியா) தலைமையிடமாக கொண்டு செயல்பட்ட கடற்கொள்ளைக் கூட்டம் அது.

இவர்களுக்கு முன்பே புனித ஜார்ஜ் கோட்டையில் இரு கடற்கொள்ளையர்களுக்கு மரண தண்டனை விதிக்கப்பட்டு நிறைவேற்றப்பட்டிருக்கிறது என்றாலும் அவர்களுக்கான அடக்க ஆராதனை குறித்த குறிப்பு செயின்ட் மேரிஸ் ஆலயத்தில் இல்லை. அனேகமாக அவர்கள் மாற்று மதத்தை சேர்ந்த கடற்கொள்ளையர்களாக இருக்கலாம். அந்த சமயத்தில் மேலும் இருவரின் (இவர்கள் நகரில் சென்னைப்பட்டிணத்தில் தங்கியிருந்து கடலில் இருந்த கடற்கொள்ளையர்களுக்கு வேவு தகவல்களை கொடுத்தவர்கள். எந்த கப்பலில் என்றைக்கு என்னவிதமான பொருட்கள் நகருக்கு வருகின்றன என்றும் அதேப்போல என்ன விதமான பொருட்களுடன் எந்த இடத்திற்கு நகரிலிருந்து கப்பல்கள் புறப்படுகின்றன என்கிற தகவல்களையும்.) முன் நெற்றியில் *"P"* – பைரட் என்கிற ஆங்கில வார்த்தையின் முதல் எழுத்து – என்று நெருப்பில் தீய்த்து அடையாளமிடப்பட்டு நகரைவிட்டு துரத்தியடிக்கப்பட்டார்கள்.

மூவரின் சங்கதிக்கு வருவோம். இந்த மூவரோடு சேர்த்து மேலும் இருவரும் ராயல் ஜேம்ஸ் என்கிற பிரிட்டிஷ் கிழக்கிந்திய கப்பலில் அவர்கள் செய்துகொண்டிருந்த வேலையை தூக்கி எறிந்துவிட்டு கடற்கொள்ளையர்களுடன் சேர்ந்துகொண்டவர்கள். கனஜோராக கடற்கொள்ளையில் ஈடுபட்டிருக்கிறார்கள். பிரிட்டிஷ் கிழக்கிந்திய கப்பல் வேலையை விட்டு விட்டு கடற்கொள்ளையர்களுடன் சேர்ந்துகொண்டு பெரிய அளவில் கொள்ளையடித்து பொருள் சேர்ப்பது அந்த காலக்கட்டத்தில் வழமையாக நடைபெறும் காரியமாக இருந்திருக்கிறது. இதற்கான மிக சிறந்த உதாரணம் வில்லியம் கிட். மதராசப்பட்டிண ஆவணங்கள் இவனை "கிராண்ட் பைரட் *(Grand Pirate)*" என்று குறிப்பிடுகின்றன.

வணிக கப்பல்களை தாக்கி
அதிலிருந்து தங்க மற்றும்
வெள்ளி நாணயங்களை
கொள்ளையடிக்கும்
பதினேழாம்
கடற்கொள்ளையர்களின்
சித்தரிப்பு

நடுகடலில் சரக்கு கப்பல்களை தாக்கி
அதை கொள்ளையடிக்கும் கடற்கொள்ளையர்கள்

கடற்கொள்ளையர்களின் இளவரசன் என்று கடற்கொள்ளையர்களால் தலையில் தூக்கிவைத்துக்கொண்டாடப்படும் அளவிற்கு சகட்டு மேனிக்கு இந்திய பெருங்கடல் வணிக கப்பல்களை கொள்ளையடித்து புகுந்து விளையாடியிருக்கிறான். இவனுடைய பூர்வ கோத்திர ஆவணங்கள் என்ன சொல்கிறது என்றால் மடகாஸ்கர் (இன்றைய கிழக்கு ஆப்பிரிக்க கடல் பகுதி) கடல் பகுதியில் அழிச்சாட்டியம் செய்துகொண்டிருந்த கடற்கொள்ளையர்களை அடக்கி ஒடுக்கி நிர்மூலமாக்க அட்வன்சர் (*Adventure*) என்கிற ஆயுதம் தரித்த கப்பலுக்கு தலைவனாக (கமாண்டர்) நியமிக்கப்பட்டு அனுப்பப்பட்டவன் இவன் என்று. ஆனால் அவனோ மடகாஸ்கர் கடற்கொள்ளையர்களுடன் சேர்ந்துகொண்டு அவர்களுடைய தலைவனாகிவிட்டான்.

பைரட் இளவரசன் வில்லியம் கிட்டிற்கும், மதராசப்பட்டிணத்தை நோக்கி வந்துகொண்டிருந்த செட்விக் என்கிற சரக்கு கப்பலுக்கும் இடையே நடைபெற்ற சுவாரசிய "விடாபிடி (*chasing*)" சம்பவம் குறித்து பார்ப்பதற்கு முன்பாக மேலே பார்த்த மூன்று கடற்கொள்ளையர்களுக்கும் விதி எப்படி முடித்து வைக்கப்பட்டது என்பதை பார்த்துவிடுவோம். மதராசப்பட்டிணத்தில் நடைபெற்ற விசாரணையின் முடிவில் அவர்கள் மீதான கடற்கொள்ளை குற்றம் நிருபிக்கப்பட்டு அலெக்சாண்டர் ஹன்டர், ராயல் ஜேம்ஸ் கப்பல் மேல் தளத்தில் வைத்து தூக்கிலிடப்பட வேண்டும் என்றும், ஜேம்ஸ்

ஸ்மித் நகருக்குள் தூக்கிலிடப்பட வேண்டும் என்றும், ரால்ப் ஷாக்லே கோட்டை நுழைவாயிலில் வைத்து சுட்டுக்கொல்லப்பட வேண்டும் என்றும் தீர்ப்பு எழுதப்பட்டது.

கோட்டை நுழைவாயில் என்று இங்கே குறிப்பிடப்பட்டிருப்பது சவுல்டிரி தெருவில் இருந்த சவுல்டிரி நுழைவாயிலாக இருக்கலாம். கோட்டையில் இருந்த பணியாளர்களும், அதிகாரிகளும், வெள்ளையர் மற்றும் கருப்பர் நகரிலிருந்த மக்களும் கூடியிருக்க ஜேம்ஸ் ஸ்மித்திற்கும், ரால்ப் ஷாக்லேவிற்கும் மரண தண்டனை நிறைவேற்றப்பட்டது. தண்டனை மிக சரியாக எப்போது நிறைவேற்றப்பட்டது என்பது தெரியவில்லை. ஆனால் தீர்ப்பு வழங்கப்பட்ட ஆவணத்தில் ஜனவரி *30, 1688* என்று தேதி குறிக்கப்பட்டிருக்கிறது. பொதுவாக இதுபோன்ற தண்டனைகள் பகலின் மதிய பொழுதிலேயே நிறைவேற்றப்பட்டிருக்கிறது.

ஆக இந்த இரு மரண தண்டனைகளும் மதியமே நிறைவேற்றப்பட்டிருக்கவேண்டும். கூட்டத்தின் மத்தியில் கைகள் பின்னால் கட்டப்பட்டு முழங்காலில் நிற்க வைக்கப்பட்டிருந்த ரால்ப் ஷாக்லே உயிர் பிரியும் வரை சுடப்பட்டான். தொடர்ந்து ஜேம்ஸ் ஸ்மித் தூக்கிலிடப்பட்டான். அவர்கள் மதத்தால் கிறிஸ்தவர்களாக இருந்தபடியால் செயின்ட் மேரிஸ் ஆலய நிர்வாகத்தின் கீழிருந்த ஆங்கிலேய கல்லறைத் தோட்டத்தில் அவர்களுடைய உடல்கள் புதைக்கப்பட்டன.

மசாலா வணிக கடல் பாதையை கண்டுபிடிக்கிறேன் என்று ஐரோப்பியர்கள் கடலில் காலடியெடுத்து வைத்த பிறகு உள்ளூர் மற்றும் பிராந்திய அளவில் இருந்த சிறிய கடற்கொள்ளை குழுக்கள் ஒழிக்கப்பட்டு அதில் ஏகபோகத்தை கையிலெடுத்தது போர்ச்சுகீஸ். ஆப்பிரிக்காவின் மேற்கு கடற்கரை தொடங்கி தென்கிழக்கு ஆசிய கடல் பகுதி வரை போர்ச்சுகீசிய கடற்கொள்ளையர்களே ஆதிக்கம் செலுத்தினார்கள். ஸ்பெயின், போர்ச்சுக்கல், பிரான்சு, டச்சு, பிரிட்டிஷ், அரேபிய வணிக கப்பல்கள் என்று எதையும் விட்டு வைக்காமல் கடலில் வைத்து சூறையாடினார்கள். அவர்களின் முக்கிய குறி தங்கம் மற்றும் வெள்ளியாக இருந்தது.

தங்கம், வைரம் மற்றும் வெள்ளி காசுகள், அவைகளால் உருவாக்கப்பட்ட பொருட்கள் மற்றும் ஆபரணங்களை எடுத்து வரும் கப்பல்களை அவர்கள் நேரடியாக தாக்கி அவைகளின் சரக்குகளை எடுத்துக்கொள்வார்கள். மற்ற வணிக பொருட்களை ஏற்றி வரும் கப்பல்களை சிறைபிடித்து சரக்கிற்கு ஈடான பிணைய தொகையை கப்பலுக்கு உரியவர்களிடமிருந்து கரந்துவிடுவார்கள். இது தவிர அவர்கள் நேரடியாக செய்த வணிகம் அடிமைகளை பிடித்து விற்பது. இதற்காக உள்ளூரில் சிறுவர்களையும், பெண்களையும் கடத்தி வரும் கூட்டம் இவர்களிடமிருந்தது. சென்னைப்பட்டிணத்திலும் சிறுவர்களும், துணையற்ற பெண்களும் கடற்கொள்ளையர்களின் வலைபின்னல் மூலம் கடத்தி அடிமைகளாக விற்கப்பட்டிருக்கிறார்கள்.

மடகாஸ்கரில் உட்கார்ந்துகொண்டு ஆப்பிரிக்காவின் மேற்கு மற்றும் கிழக்கு கடற்கரை பகுதிகளையும், தென்னிந்தியாவின் மேற்கு கடற்கரை பகுதியையும், மலாக்கா ஜலசந்தியில் இருந்துகொண்டு தென்னிந்தியாவின் கிழக்கு மற்றும் தென் கிழக்கு சீன கடற்கரை பகுதிகளையும் தங்களின் கட்டுப்பாட்டிற்குள் வைத்திருந்தார்கள். இருநூற்றுக்கும் மேற்பட்ட ஆயுதமேந்திய போர் கப்பல்கள் போர்ச்சுகீசிய கடற்கொள்ளையர்களின் வலைபின்னலிடம் இருந்தது. இதன் காரணமாக இவர்களை நேரடியாக கடற் போரில் வெல்வது என்பது அத்தைக்கு மீசை முளைக்க வைக்கும் காரியமாக இருந்தது. போர்ச்சுகீசிய கடற்கொள்ளையர்களின் பெரும் பலத்தை தன்னுடைய அரசியல் நகர்வுகளின் மூலம் நீர்த்துப்போக செய்தவர் செயிஸ்டா கான்.

போர்ச்சுகீசிய கடற்கொள்ளையர்களின் ஆதிக்கம் முடிவிற்கு வந்த பிறகு அந்த வெற்றிடத்தை பிடித்துக்கொண்டவர்கள் டச்சு மற்றும் ஆங்கிலேய கடற்கொள்ளையர்கள். அதில் ஒருவன்தான் நாம் முன்பே பார்த்த வில்லியம் கிட். இவனிடம் சிக்கிக்கொண்ட செட்விக் சரக்கு கப்பல் எப்படி இவன் கைகளில் இருந்த தப்பி வந்தது என்கிற விவரம் *1697* புனித ஜார்ஜ் கோட்டை ஆவணங்களில் பதிவு செய்யப்பட்டிருக்கிறது. செட்விக்கின் கேப்டன் வாட்ஸ். அது இங்கிலாந்திலிருந்து மிளகு மற்றும் தார் சரக்கு பொருட்களை எடுத்துக்கொண்டு சென்னைப்பட்டிணத்திற்கு வந்துகொண்டிருந்தது. செட்விக் தென்மேற்கு இந்திய கடல் பகுதியை

அடைந்து திருவிதாங்கூருக்கு அருகில் வந்துக்கொண்டிருந்தபோது கிட்டின் கப்பலான ஸ்கைலாவிடம் சிக்கிக்கொண்டது. தொடங்கியது நடு கடல் துரத்தல். வாட்ஸ் அவரால் முடிந்த வரை செட்விக்கை வேகமாக செலுத்தியிருக்கிறார். நல்ல வேலையாக கிட்டின் கப்பல் சரி நிகராக பக்கவாட்டிலோ அல்லது எதிரிலோ செட்விக்கை சந்திக்கவில்லை. அப்படி நிகழ்ந்திருந்தால் தாக்குதல் அப்பொழுதே நிகழ்ந்து ஒன்று செட்விக் சிறைபிடிக்கப்பட்டிருக்கும் அல்லது மூழ்கடிக்கப்பட்டிருக்கும். சற்று பின்னால் இருந்தே கிட் செட்விக்கின் கப்பலைக் கண்டு துரத்த தொடங்கியிருக்கிறான். செட்விக்கிற்கும் ஸ்கைலாவிற்குமான இடைவெளியை தனக்கு சாதகமாக பயன்படுத்திக்கொண்டார் வாட்ஸ்.

மூன்று பகல்கள், மூன்று இரவுகள் விடாமல் வாட்சை பின் தொடர்ந்திருக்கிறான் கிட். ஆனால் செட்விக் அவன் கண்களில் இருந்து தப்பிவிட்டது. கொதிக்கும் கொப்பரையில் இருந்து நெருப்பில் துள்ளி விழுந்த கதையாக வில்லியம் கிட்டிடமிருந்து தப்பிய செட்விக் டச்சு கடற்கொள்ளையனான சீவர்சிடம் சிக்கிக்கொண்டது. அதிலும் சீவர்சின் கப்பலான சார்டிசுக்கு மிக அருகில் சென்று. மீண்டும் ஒரு நடுக்கடல் துரத்தல். இது ஒன்பது மணி நேரங்கள் நீடித்திருக்கிறது. இறுதியில் செட்விக் சிக்கிக்கொண்டது. சீவர்சும் அவனுடைய ஆட்களும் அதை சிறைபிடித்தார்கள். வாட்ஸ் அவர்களை எதிர்க்காமல் அவர்களின் போக்கில் விட்டுவிட்டு 'குடி' விருந்து ஏற்பாடு செய்தார். குடிவெறியில் அவர்களுக்கு நல்லெண்ணம் பீறிட செட்விக்கையும் வாட்சையும் ஒன்றும் செய்யாமல் சென்னைப்பட்டிணத்திற்கு செல்ல அனுமதித்து விலகி சென்றுவிட்டார்கள்.

இந்த சம்பவம் நிகழ்ந்த அடுத்த ஒரு சில மாதங்களிலேயே வில்லியம் கிட்டின் தலைவிதியை ஒரேயடியாக முடித்து வைத்த சம்பவம் நிகழ்ந்தேறியது. கேரள கடற் பகுதியில் சுற்றிக்கொண்டிருந்த அவனுடைய கண்களில் சிக்கியது குவட்டா கப்பல். கொச்சினுக்கு அருகில் அந்த கப்பலை வளைத்து சிறைபிடித்தான். இது நிகழ்ந்தது *1698*-ஆம் ஆண்டின் தொடக்க மாதங்களில். குவட்டா சென்னைப்பட்டிணத்தில் வசித்து வந்த ஆர்மீனிய வணிகர்களுக்கு சொந்தமான கப்பல். அதில் இருந்த சரக்குகளின் மொத்த மதிப்பு *30,000* பவுண்டுகள். கப்பலை விடுவிக்க கிட்டிற்கு *20,000* பவுண்டுகள்

வரை கொடுக்க தயாராக இருந்தார்கள் ஆர்மீனிய வணிகர்கள். ஆனால் அதை பெரிதாக எடுத்துக்கொள்ளாத அவன் குவட்டாவை வைத்து வேறு ஒரு பெரும் திட்டம் தீட்டியவனாக தன்னுடைய கப்பலானஅட்வன்சரைவிட்டுவிட்டுகுவட்டாவில்ஏறிமேற்கிந்திய தீவுகளுக்கு போய் சேர்ந்தான். அங்கே குவட்டாவை மற்றொரு கேப்டனின் கட்டுப்பாட்டில் விட்டுவிட்டு அமெரிக்காவின் நியூ யார்க் வழியாக பாஸ்டன் நகரம் போய் சேர்ந்தான். அவன் போய் சேர்வதற்கு முன்பே அவன் கடத்திப்போன குவட்டா கப்பல் குறித்த தகவல் பாஸ்டன் நகர ஆளுநரை சென்றடைந்திருந்தது. அவன் பாஸ்டன் நகருக்குள் நுழைந்த அடுத்த நாளே இது குறித்து விசாரிக்கப்பட்டான். உறுப்படியான பதில் ஏதும் அவன் தராத காரணத்தால் சிறை வைக்கப்பட்டான்.

பாஸ்டனில் அவன் மீது எவ்விதமான கடற்கொள்ளை குற்றச்சாட்டுகளும் பதிவாகியிருக்காத காரணத்தால் அவன் இங்கிலாந்திற்கு அனுப்பி வைக்கப்பட்டான். அங்கே துறை கடற்கொள்ளைத் தொடங்கி நடுக்கடல் கொலை குற்றம் வரை ஏகப்பட்ட குற்றச்சாட்டுகள் பதியப்பட்டு தேடப்படும் குற்றவாளியாக இருந்த காரணத்தால் 1701-ஆம் ஆண்டு தூக்கிலிடப்பட்டு பரலோகம் அனுப்பி வைக்கப்பட்டான். இறுதி வரை குவட்டா குறித்து அவன் வாய் திறக்காத காரணத்தால் குவட்டாவின் தலைவிதி என்ன ஆனது என்று தெரியவில்லை. கடற் கொள்ளையர்களிடம் சிக்கிய மற்றொரு நபரையும் நாம் சர்ச் தெருவில் சந்திக்க முடியும். அவர் பெயர் ஜார்ஜ் ஊலே. இவருக்கு வெள்ளையர் நகரில் வீடு இருந்தது. ஆனால் அது எந்த தெருவில் இருந்தது என்பதற்கான ஆவணங்கள் இல்லை. இவருக்கும் டியோடேட் மிடில்டன் என்கிற பெண்மணிக்கும் 1701-ல் செயின்ட் மேரிஸ் ஆலயத்தில் திருமணம் நடைபெற்றதற்கான ஆவணம் இருக்கிறது.

ஜார்ஜ் பெம்ரோக் என்கிற சரக்கு கப்பலின் கேப்டனாக இருந்தவர். இவருடைய கப்பலும் கடற்கொள்ளையர்களிடம் சிக்கியிருக்கிறது. இவருடைய கப்பலை பிடிப்பதற்கு முன் மேலும் இரண்டு சரக்கு கப்பல்களை பிடித்து அதில் பாஸ்பிரஸ் என்கிற பெரிய கப்பலின் கேப்டனை கொன்றுவிட்டு (கேப்டன் ஹில்யார்ட்) நாற்பது பீரங்கிகளை பொருத்தி அதை

ஆயுதந்தரித்த கப்பலாக மாற்றிவிட்டிருந்தார்கள். ஹோவர்ட் என்கிற ஆங்கிலேய கடற்கொள்ளையன் அதன் கேப்டனாக தன்னை அறிவித்துக்கொண்டான். அவனுடன் மேலும் இருநூறு கொள்ளையர்கள் அதில் இருந்தார்கள். பெம்ரோக்கிலிருந்த சரக்கு அனைத்தையும் எடுத்துக்கொண்ட அவர்கள் ஜார்ஜையும் கைதியாக பிடித்துக்கொண்டார்கள்.

கப்பலையும் கேப்டனையும் விடுவிக்க பணமும் ஆயுதங்களும் பேரம் பேசினார்கள். பேரம் படியாத காரணத்தால் பெம்ரோக்கை கொளுத்திவிடுவது என்பது அவர்களுடைய முதல் திட்டமாக இருந்தது. பிறகு அதை சேதப்படுத்தாமல் சென்னைப்பட்டிணத்திற்கு அனுப்பிவிட்டு ஜார்ஜை மலாக்கா கடல் பகுதிக்கு கொண்டு சென்றுவிட்டார்கள். ஜார்ஜுக்கு அப்போது விதி வலிமையாக இருந்திருக்கிறது. கைதியாக பிடிபட்ட அவரை ஒன்றும் செய்யாமல் பாஸ்பிரஸ் கப்பலின் பைலட்டாக வேலை செய்யும்படி விட்டுவைத்திருந்தார்கள். சில மாதங்கள் கழித்து அவர்களிடமிருந்து தப்பிய அவர் சென்னைப்பட்டிணத்திற்கு வந்து சேர்ந்தார். கடற்கொள்ளையர்களால் தனக்கு நேர்ந்த விபரீதங்களையும் அவர் கைதியாக இருந்தபோது அவர் கண் எதிராக நிகழ்ந்த கடற்கொள்ளைகள் மற்றும் கொலைகள் குறித்தும் புனித ஜார்ஜ் கோட்டை கவுன்சிலில் புகாராக கொடுத்தார்.

# நிக்கலோ மன்னூச்சி *(Niccolao Manucci) 1686 – 1712*

சென்னைப்பட்டிணம் ஒரு வணிக குடியிருப்பாக அடித்தளமிடப்பட்டு பிற்பாடு நகரமாக வளர்ந்த ஒன்று. ஒரு நகரம் வரலாறாக இருப்பது சாதாரண விசயம்தான். ஆனால் வரலாறுகளை படைத்தவர்களையும், எழுதியவர்களையும் தன்னகத்தே கொண்டிருக்கும் நகரம் அரிதான நிகழ்வு. அப்படியான அரிதான நிகழ்வுகளில் ஒன்று சென்னைப்பட்டிணம். அது உருவான ஒரு சில ஆண்டுகளுக்குள்ளாகவே பல வரலாற்று சிறப்பு மிக்க மனிதர்களை பார்த்துவிட்டது. அவர்களுடைய காலடிகளை அதன் தெருக்களும் சாலைகளும் தங்களுடைய கை விரல் ரேகைகளாக சேமித்து வைத்திருக்கின்றன.

அதில் ஒன்று நிக்கலோ மன்னூச்சிக்கு சொந்தமானது. தங்களின் நிலைகொள்ளா பயணங்களின் வழி வரலாற்றின் சன்னல்களாக இருக்கும் தலை சிறந்த பயணிகளில் இவரும் ஒருவர். இவருடைய பயண அனுபவங்களின் தொகுப்பான *Storia Do Mogor* புத்தகம் பதினேழாம் நூற்றாண்டு மொகலாய பேரரசின் வாழ்வியலை உயிரோட்டமுள்ள காட்சிகளாக காட்டக் கூடியது. அந்த காலக்கட்டத்து பேரரசர்களின் வாழ்வியலையும் கூட. இந்த புத்தகம் தொகுக்கப்பட்டது சென்னைப்பட்டிண கருப்பர் நகரின் புறநகராக இருந்த முத்தியால்பேட்டை மன்னூச்சி தோட்ட வீட்டில். சுமார் 26 வருடங்கள் அவர் சென்னைப்பட்டிண குடிமகனாக இருந்தார்.

பின் நாட்களில் உலகப் புகழ்பெற்ற பல்கலைக்கழகத்தை (ஹேல் பல்கலைக்கழகம்) கட்டமைத்தவரும் (ஹேல்) அந்த பல்கலைக்கழகத்தில் கீழ்த்திசை வரலாற்றின் ஒரு பகுதியை (பிற்கால மொகலாயர் வரலாறு) எழுதியவரும் (மன்னூச்சி)

சமகாலத்தவர்களாக சென்னைப்பட்டிணத்தில் வசித்திருக்கிறார்கள். இருவருக்குமே அவர்களுடைய முக்கியத்துவம் அப்போது தெரிந்திருக்க வாய்ப்பில்லை. தங்களுடைய செயல்பாடுகள் வரலாற்றின் தனித்துவமான பக்கங்களாக புத்தகங்களாக மாற இருக்கிறது என்பதும் அவர்கள் அறிந்திராததுதான். மன்னூச்சி எப்படி சென்னைப்பட்டிணத்திற்கு வந்து சேர்ந்தார் என்பதை பார்ப்பதற்கு முன்பாக மற்றொரு நபரை நாம் தெரிந்துக்கொள்ள வேண்டும்.

கருப்பர் நகரின் டாம்ஸ் நுழைவாயிலுக்கு எதிரில் முத்தியால்பேட்டையின் தென் மேற்கு பகுதியில் (தற்போதைய ப்ராட்வே சாலை) இருந்த மிக இரம்மியமான தோட்ட வீடு அந்த நபருடையதுதான். அவருடைய பெயர் தாமஸ் கிளார்க். டே மற்றும் கோகன் காலத்தில் சென்னைப்பட்டிணத்தில் குடியேறிய தொடக்க கால கம்பெனி பணியாளர்களில் ஒருவர். போர்ச்சுகீசிய தந்தைக்கும் உள்ளூர் பெண்ணுக்கும் பிறந்தவர். கருப்பர் நகரில் இவருக்கு ஒரு வீடும் இருந்தது. எலிசபெத் கிளார்க் என்கிற பெண்ணை திருமணம் செய்து அந்த வீட்டில் வசித்து வந்தார். திருமணமானபோது எலிசபெத் இளம் பெண்ணாக இல்லாமல் சிறு பெண்ணாகத்தான் இருந்தார். எலிசபெத்தின் தந்தை கிரிஸ்டோபர் ஹார்ட்லி மசூலிப்பட்டிணத்தின் பிரசிடெண்ட்டாக இருந்தவர்.

மதராசப்பட்டிணம் முற்றுகையிடப்பட்டபோது நகரின் பாதுகாப்பிற்காக வேண்டி கிளார்கின் வீடு இடித்து தரைமட்டமாக்கப்பட்டு அந்த இடத்தில் பீரங்கிகள் பொருத்தப்பட்டன. எதிர்பார்த்த ஆபத்து ஏதும் நிகழாததால் பின் நாட்களில் அந்த இடத்திலிருந்து பீரங்கிகள் அகற்றப்பட்டன. ஆனால் தரைமட்டமான கிளார்கின் வீடு தரைமட்டமாகவே கிடந்தது. அதற்கான இழப்பீடு அவருக்கு கம்பெனி சார்பில் தரப்படவில்லை. இது தொடர்பாக அவர் கம்பெனியின் இலண்டன் தலைமைக்கு மனு அளித்தபடி இருந்தார். இதற்கு இடையில் முத்தியால்பேட்டையில் நாம் முன்பே பார்த்த தோட்ட வீட்டை வாங்கி அதில் குடியேறினார்.

மனுக்கள் அளித்து ஓய்ந்த நிலையில் ஒரேயடியாக ஓய்ந்துவிட்டார் கிளார்க். அக்டோபர் 4, 1683-ல் அவர் மரணமடைந்தார். செயின்ட்

மேரிஸ் ஆலயத்திற்கு முன்னால் இருக்கும் கல்லறை நினைவு கற்களில் இவருடையதும் இருக்கிறது. அவர் இறந்து மூன்று வருடங்கள் கழித்துத்தான் அவர் கேட்டுப் போராடிய இழப்பீடு வந்து சேர்ந்தது. இனி மன்னூச்சியிடம் வருவோம். தன்னுடைய பதிநான்கு வயதில் வெனிஸ் நகரை விட்டு ஓடிவந்தவர் மன்னூச்சி. இது நடந்தது 1653-ல். எங்கு போவது என்கிற திட்டமெல்லாம் இல்லாமல் பெர்சியாவிலிருந்து இந்தியாவிற்கு வந்து சேர்ந்தார் (1656-ல்).

அதிர்ஷ்டம் துணை செய்ய மொகலாய பேரரசர் ஷாஜகானின் மூத்த மகனான தாரா சூக்கோவின் இராணுவத்தில் துப்பாக்கி படை வீரனாக பணியில் சேர்ந்தார். சூக்கோவின் மரணம் வரை அதாவது 1659 வரை அவருடைய நம்பகமான சேவகனாக படையில் நீடித்தார். அவுரங்கசீப்பின் படையில் சேர்ந்துகொள்ள விருப்பமில்லாமல் மருத்துவ தொழிலை தேர்ந்தெடுத்துக்கொண்டார். ராஜா ஜெய் சிங் அவருக்கு துப்பாக்கி படை பிரிவின் கேப்டன் பதவியை கொடுத்த காரணத்தால் மீண்டும் இராணுவ பணிக்கு திரும்பினார். அந்த பணி அவருக்கு மன சலிப்பை உண்டாக்க பதவியை துறந்து கோவாவிற்கு சென்றார். அங்கிருந்து மீண்டும் ஆக்ராவிற்கும் பிறகு டெல்லிக்கும் வந்து சேர்ந்தார்.

இப்போது ஜெய் சிங்கின் மகன் கிரட் சிங் அவரை தன்னுடன் சேர்த்துக்கொண்டார். கிரட் சிங் காபூலுக்கு இடம் மாறி செல்ல நேர்ந்தபோது மன்னூச்சி லாகூருக்கு சென்றார் (1671 வாக்கில்). அங்கே மீண்டும் மருத்துவ தொழிலை கையிலெடுத்தார். அப்படியே ஏழு வருடங்கள் ஓடியது. கையில் பணம் சேர சால்சேட் தீவில் (மஹாராஸ்டிராவில் இருக்கும் இடம்) தனக்கென வீடு வாங்கிக்கொண்டு அங்கு போய் சேர்ந்தார். போய் சேர்ந்த கொஞ்ச நாட்களிலேயே கையில் இருந்த பணமெல்லாம் கரைந்துவிட மீண்டும் மொகலாய பேரரசை அணுக வேண்டியதானது.

இம்முறை ஷா ஆலமின் மருத்துவர்களில் ஒருவராக அவருக்கு வேலை கொடுக்கப்பட்டது. இது 1678 வாக்கில் நடந்தது. அது தொடங்கி அடுத்த மூன்று வருடங்களுக்கு ஷா ஆலம் ஓயாமல் அரசியல் பயணங்களை மேற்கொள்ள மன்னூச்சியும் அவரை பின் தொடர வேண்டியிருந்தது. மீண்டும் அவருக்கு சலிப்புத்தட்ட

ஷா ஆலமிடம் சொல்லாமல் கொள்ளாமல் கோவாவிற்கு தப்பிவந்துவிட்டார். கோவாவின் போர்ச்சுகீசு கவர்னர் மன்னூச்சியை தூதுவராக நியமித்துக்கொண்டார். மராத்திய சாம்பாஜியிடமும், ஷா ஆலமிடமும் அரசியல் மற்றும் வணிக பேச்சு வார்த்தை நடத்தும் தூதுவராக. வட நாடு முழுவதும் சுற்றியதால் அவருக்கு கிடைத்திருந்த நிலவியல் அறிவிற்காகவும், அடி நிலை தொடங்கி அதிகாரம் மிக்க அதிகாரிகள் வரை மொகலாய பேரரசில் அவருக்கு இருந்த பழக்கம் மற்றும் தொடர்புகளுக்காகவும் இந்த பதவி அவருக்கு தரப்பட்டது.

கோவாவின் தூதுவராக ஷா ஆலமிடம் சென்றபோது அவர் இவரை பிடித்து வைத்துக்கொண்டார். ஷா ஆலமுடன் ஊர் சுற்றும் பயணம் மீண்டும் தொடங்கியது. கோல்கொண்டா படையெடுப்பின் போது ஷா ஆலமிடமிருந்து தப்பிய மன்னூச்சி கோல்கொண்டாவில் தஞ்சமடைந்தார். கோல்கொண்டாவையும் ஷா ஆலம் பிடித்துக்கொள்ள அங்கிருந்து தப்பி மசூலிப்பட்டிணத்திற்கு வந்து சேர்ந்தார். ஷா ஆலமால் தேடப்படும் நபர் இவர் என்பதையும் பிடித்துக்கொடுத்தால் நல்ல வருமானம் கிடைக்கும் என்பதையும் அறிந்து வைத்திருந்த சிலர் இவரை மீண்டும் கோல்கொண்டாவிற்கு பிடித்து சென்றார்கள்.

ஷா ஆலமிடம் ஒப்படைக்கப்படுவதற்கு முன்பாக அகஸ்டீனியன் பிரையர் (பிரையர் – கிருத்துவ மத குருக்களில் ஒரு பிரிவு) ஒருவரின் துணைகொண்டு கோல்கொண்டாவிலிருந்து தப்பி *1686*-ல் புனித ஜார்ஜ் கோட்டையில் வந்து தஞ்சம் புகுந்தார். அப்போதிலிருந்து அவர் சென்னைப்பட்டிண வாசியானார். சில நாட்கள் கழித்து புதுச்சேரியில் இருந்த அவருடைய பழைய நண்பர் பிரான்கோயி மார்டினை சந்திக்க சென்றார். தாய் நாட்டிற்கு திரும்பி சென்றுவிட வேண்டும் என்று பல நாட்களாக அவருடைய மனதில் ஊறிக்கொண்டிருந்த விருப்பத்தை நண்பருடன் பகிர்ந்துகொள்ள, நண்பர் அப்படி ஏதும் செய்துவிட வேண்டாம் என்று அவரை தடுத்துவிட்டார்.

முப்பது வருடங்களுக்கு மேலாக அவர் இந்தியாவின் தட்பவெப்ப சூழ்நிலைக்கே பழகிவிட்டிருந்தபடியால் ஐரோப்பாவின் தட்பவெப்ப நிலை அவருக்கு பிரச்சனையை ஏற்படுத்தும் என்றும்

அவருடைய நண்பர் குறிப்பிட்டு சென்னைப்பட்டிணத்திலேயே திருமணம் செய்துகொண்டு தங்கிவிட அறிவுரை கூறினார். மன்னூச்சிக்கு ஏற்றப் பெண்ணும் சென்னைப்பட்டிணத்தில் இருப்பதாக கூறிய அவர் எலிசபெத் கிளார்க் குறித்தும் அறிமுகம் செய்தார். மன்னூச்சிக்கும் எலிசபெத் கிளார்க்கிற்கும் *1686* அக்டோபர் *28*-ல் திருமணம் நடந்தது. செயின்ட் மேரிஸ் ஆலயத்தில்தான் நடந்திருக்கவேண்டும்.

எலிசபெத்தை திருமணம் செய்துகொண்டதன் மூலம் தாமஸ் கிளார்கின் தோட்ட வீடு மன்னூச்சிக்கு சொந்தமாகிப்போனது. பின்னாட்களில் வந்தவர்கள் அந்த வீட்டை மன்னூச்சி தோட்டம் என்றே அழைத்தார்கள். இருவருக்கும் குழந்தை பிறந்து சிறு வயதிலேயே இறந்தும் விட்டது. தன்னுடைய பயண அனுபவங்களை புத்தகமாக *(Storia Do Mogor)* எழுதி வைத்திருந்த அவர் சென்னைப்பட்டிணத்தில் வசித்த ஆண்டுகளில் தொகுக்கத் தொடங்கினார். கோட்டையில் இருந்த ஆங்கிலேயர்களும் அவருடைய அனுபவத்தையும் மருத்துவ அறிவையும் உணர்ந்துகொண்டு அவரை பெரிதும் மதித்து நடத்தினார்கள்.

நகரின் முக்கிய மனிதர்களில் ஒருவராக கருதப்பட்டார். சில அரசியல் முடிவுகளிலும் தூது பயணங்களிலும் அவருடைய அனுபவத்தை பயன்படுத்திக்கொண்டார்கள் ஆங்கிலேயர்கள். எல்லாம் நன்றாக போய்க்கொண்டிருக்கிறது என்று அவர் நினைத்திருந்த நிலையில் *1706*-ல் அவருடைய மனைவி எலிசபெத் இறந்துபோனார். மன்னூச்சி பேரிழப்பு. மனைவியின் நினைவுகள் வாட்டத் தொடங்கியதால் சென்னைப்பட்டிணத்தை விட்டு புதுச்சேரியில் வசிக்கத் தொடங்கினார். மன்னூச்சி குறித்த தகவல்கள் *1712* வரை மாத்திரமே கிடைக்கிறது. அதன் பிறகு அவர் மாயமாக மறைந்துவிடுகிறார். அவருக்கு என்ன ஆனது என்பதற்கான ஆவணங்கள் ஏதுமில்லை. எப்போது, எங்கு, எப்படி இறந்தார் என்பது இன்று வரைக்குமான மர்மமாக நீடித்து கொண்டிருக்கிறது.

பெரும் செல்வாக்கும், பேரும், புகழும் பெற்ற ஒரு மனிதன் திடீரென்று எத்தகைய சுவடுகளும் இல்லாமல் காணாமல் போவது வரலாறு என்கிற புத்தகத்தின் கருப்பு பக்கங்கள் மாத்திரமே அறிந்த இரகசியம். பத்தொன்பதாம் நூற்றாண்டை சேர்ந்த *"Della*

*Litteratura Veneziano"* (மார்கோ நிக்கலோ போஸ்காரினி எழுதியது) என்கிற புத்தகம் *1717*-ஆம் ஆண்டு இந்தியாவில் மன்னூச்சி இறந்ததாக ஒரு குறிப்பை தருகிறது. ஆனால் இதன் நம்பகத்தன்மை கேள்விக்குறியான ஒன்றாக இருக்கிறது. மன்னூச்சியைப் போலவே அவர் எழுதிய நினைவு குறிப்புகளும் பலரின் கைகளை கடந்து பல ஆண்டுகள் கழித்தே புத்தகமாக வெளிவந்தது.

இன்றைய பிராட்வே சாலையில் (சட்டக் கல்லூரிக்கு எதிரே) மன்னூச்சியின் தோட்டம் இருந்ததற்கான துரும்பு அடையாளத்தை கூட காண முடியாது. பரபரப்பாக இயங்கிக்கொண்டிருந்த அந்த சாலையில் ஒரு ஓரமாக நின்று மன்னூச்சியின் தோட்டம் இந்த இடத்தில்தான் இருந்திருக்கவேண்டும் என்று அனுமானம் செய்து அந்த இடத்தை பார்த்துக்கொண்டிருந்தேன். திடீரென்று மன்னூச்சி அவருடைய தோட்ட வீட்டிலிருந்து வெளியே வந்து எனக்கு கைகொடுப்பார் என்றெல்லாம் நான் அபத்தமாக கற்பனை செய்யவில்லை. பதிலாக அந்த தெருவில் அவருடைய காலடிகள் எங்கெல்லாம் பதிந்திருக்கும் என்று கற்பனை செய்தேன்.

என்னதான் மனிதன் அந்த பகுதியை இடித்து புதுப்பித்து உருமாற்றியிருந்தாலும் மன்னூச்சியன் காலடி உருவத்தை மாற்ற முடியாதுதானே. அந்த காலடிகள் மீது மண்ணும் தாரும் போடப்பட்டிருக்கலாம் ஆனால் அவைகளை மிக எளிதாக கற்பனையில் மீட்டுருவாக்கம் செய்துவிட முடியும். அப்படித்தான் செய்துகொண்டேன். அவருடைய காலடிகள் எவ்வளவு மகிழ்ச்சியுடன் கோட்டைக்கு சென்று வந்திருக்கும். மனைவியுடன் சேர்ந்து எவ்வளவு குதூகலத்துடன் கடற்கரைக்கு சென்று வந்திருக்கும். எவ்வளவிற்கு இடிந்துபோய் தள்ளாட்டத்துடன் மனைவியின் இறுதி சடங்கில் கல்லறை தோட்டத்தை நோக்கி நடந்திருக்கும்.

யாரிடமும் சொல்லாமல் கொள்ளாமல் ஒரேயடியாக மறைந்துபோக கூடிய பயணத்திற்கான தொடக்கமாக நகரில் அவர் விட்டு சென்ற அந்த இறுதி காலடிகளை தேடினேன். ம்மச்சு. பிரயோஜனமில்லை. அவையும் கண்களுக்கு புலப்படாமல் மறைந்துதான் கிடக்கின்றன. அவர் தன்னுடைய புத்தகத்தின் (கையெழுத்து பிரதியாக) முதல் மூன்று பாகங்களை *1699* மற்றும் *1700* ஆண்டுகளுக்கு இடையிலும்,

நாலாவது பாகத்தை 1701-05 காலக்கட்டத்திலும், இறுதி பாகத்தை 1706-09 இடையிலும் எழுதி முடித்தார். முதல் மூன்று பாகங்களின் இரண்டு பிரதிகளை டெஸ்லாண்டிஸ் என்பவரின் மூலமாக வெனீசிற்கு 1701-ல் அனுப்பிவைத்தார்.

தன்னிடம் இருந்த கையெழுத்து பிரதியை பியர் கேட்ரோ என்கிற ஏசு சபை பாதிரியாரிடம் வாசிக்க கொடுத்தார் டெஸ்லாண்டிஸ். மன்னூச்சியின் கையெழுத்துப் பிரதியை முழுதும் வாசித்து முடித்த பியர் கேட்ரோ, அதன் அடிப்படையில் *"Histoire Generale de L'Empire du Mogol depuis sa fondation, sur les Memoires de M. Manouchi Venitien"* என்கிற பெயரில் தான் எழுதியதைப் போன்ற ஒரு புத்தகத்தை 1705-ல் பதிப்பித்து வெளியிட்டார். வெளிவந்த புத்தகத்தின் ஒரு பிரதியை மன்னூச்சிக்கு அனுப்பியும் வைத்தார் அவர். தன்னுடைய உழைப்பு திருடப்பட்டதாக உணர்ந்த மன்னூச்சி தான் எழுதிக்கொண்டிருந்த பாகத்தையும் சேர்த்து நான்கு பாகங்களை 1705-ல் வெனீஸ் செனட்டிற்கு அனுப்பி வைத்தார். அவர் முன்பே அனுப்பிய கையெழுத்து பிரதி பியர் கேட்ரோவிடமிருந்து மேலும் பலரின் கைகளுக்கு சென்று சுமார் இருநூறு ஆண்டுகள் கழித்து 1887-ல் பெர்லின் நகரில் இருந்த கோனிகிச்சே பிப்லியோத்திக் தன்னுடைய உடமையாக்கிக்கொண்டது.

இரண்டாவதாக வெனீஸ் செனட்டிற்கு அவர் அனுப்பிய கையெழுத்து பிரதிகளும் புத்தகமாக மாறாமல் பலரின் கைகளுக்கு மாறி இறுதியில் பாரீசில் இருந்த பிப்லியோத்திக் நேஷனேலின் உடமையானது (1797-ல்). கீழ் திசை வரலாற்றின் மிக முக்கிய வரலாற்று பதிவுகளை கொண்ட அவருடைய நினைவுகளை புத்தக வடிவில் பார்க்காமலேயே மர்மமாக மறைந்துபோய்விட்டார் மன்னூச்சி. சுமார் பத்து வருடங்கள் இந்த புத்தகத்தை எழுத அவர் முன் வைத்த உழைப்பின் பயனை காணும் கொடுப்பினை அவருக்கு வாய்க்கவில்லை. மாறாக அவருடைய உழைப்பை மற்றொருவர் தன்னுடைய புத்தகமாக வெளிக்கொண்டு வந்த வேதனையையும் கோபத்தையும்தான் அவர் பார்க்க வாய்த்தது.

சுமார் இருநூறு வருடங்கள் கழித்து *"Storia Do Mogor"* என்கிற பெயரில் 1907-ல் மன்னூச்சியின் கையெழுத்து பிரதிகள் புத்தகமாக வெளிவந்தது. இதை சொல்லத்தான் அன்று பிராட்வே சாலையில்

அவருடைய காலடிகளை தேடிக்கொண்டிருந்தேன் ஆனால் அவருடைய காலடிகளுக்கும் கூட இந்த சந்தோச செய்தியை கேட்கும் கொடுப்பினை இல்லைபோலும்.

## சாவடித்தெரு – *Choultry Street*

புனித ஜார்ஜ் கோட்டை கட்டியப் புதிதில் உருவான இரண்டு முக்கியத் தெருக்களில் ஒன்று சவுல்டிரி தெரு. கோட்டையின் மேற்கு நுழை வாயிலில் இருந்தது. பின்னர் கருப்பர் நகர குடியிருப்புகள் தோன்றி மார்க்கெட் தெரு வந்த பிறகு சவுல்டிரி தெரு அதனுடன் வந்து இணைந்துகொண்டது. சாவடி என்கிற உள்ளூர் வார்த்தைதான் ஆங்கிலேயர்களின் உதடுகளின் வழி சவுல்டிரி என்று திரிந்து வெளி வந்தது. சத்திரமும் சாவடியும் வெளியூர் வணிகர்களுக்காகவும், பயணிகளுக்காகவும் கட்டப்படும் பொது கட்டிடம். இன்றைய மோட்டல்கள் போன்றது. கருப்பர் நகரின் சாவடி மார்க்கெட் தெருவிற்கு எதிரே தென் மேற்கு பகுதியில் இருந்தது.

தொடக்கத்தில் நகர மக்களின் பொது பயன்பாட்டுக்கான கட்டிடமாக செயல்பட்டுவந்து இது பிற்பாடு நகரின் காவல் நிலையக் கட்டிடமாக மாற்றமடைந்தது. பெத்த நாயக்கும் அவருடைய இருபது உதவியாளர்களும் (பியூன்கள்) இங்கிருந்துதான் சென்னைப்பட்டிணத்தை காவல் காக்கும் பணியை செய்திருக்கிறார்கள். சாவடித்தெரு கட்டிடத்தில் குற்றவாளிகளை கைது செய்து விசாரணை செய்யவும், தேவைப்பட்டால் அவர்களை அடைத்து வைக்கவும் வசதிகள் இருந்தது. பெத்த நாயக், நகரின் தலைமை அதிகாரியினுடைய கட்டுப்பாட்டிற்கு கீழ் இருந்தார். உள்ளூர் வழக்கமான நாட்டாமை முறையை அப்படியே பின்பற்றினார்கள் ஆங்கிலேயர்கள் பெயரை மாத்திரம் தலைமை அதிகாரி என்று மாற்றிவைத்துவிட்டு.

மதராசப்பட்டிண கருப்பர் நகரின் முதல் தலைமை அதிகாரி (நாட்டாமை) கண்ணப்பா. தலைமை வணிகர் மற்றும் துபாஷியான வெங்கடாவின் சகோதரர். இந்த இருவரையும் நாம் முன்பே பார்த்திருக்கிறோம். இந்த கண்ணப்பா மீதுதான் கிரீன்ஹில்

சிறுவர் கடத்தல் (அடிமை வணிகத்திற்கு வேண்டி) குற்றச்சாட்டை சுமத்தினார். அதையும் பார்த்தோம். கொலை, கொள்ளை, திருட்டு, ஆள் கடத்தல் (அடிமைகளாக விற்க) போன்ற குற்றங்களுக்கான தண்டனையை தலைமை அதிகாரியும், புனித ஜார்ஜ் கோட்டையின் ஆங்கிலேய தலைமை ஏஜன்டும் கூடி பேசி முடிவு செய்தார்கள். இந்த கூடுகை தொடக்க கால தேவாலயமாக (கிடங்கு கட்டிடத்தின் ஒரு பகுதி) இருந்த இடத்தில் அறையில் நடைபெற்றது. இதுதான் மதராசப்பட்டிணத்தின் தொடக்க கால நீதிமன்றம். மரண தண்டை வரை வழங்கும் அதிகாரம் இதற்கு இருந்தது.

சாவடித்தெரு காவல் நிலைய கட்டிடம் தோற்றம் பெறுவதற்கு முன்பே மதராசப்பட்டிணம் முதல் கொலையையும் கூட பார்த்துவிட்டது. கருப்பர் நகரில் நிலங்கள் பிரித்துக்கொடுக்கப்பட்டு அங்கொன்றும் இங்கொன்றுமாக வீடுகள் முளைக்கத்தொடங்கிய 1642-ம் வருடத்தின் இடைக் காலப்பகுதி. எழும்பூர் ஆற்றில் ஒரு பிணம் மிதந்து வர நகரமே பரபரப்பானது. ஆற்றின் கரையோரம் கூட்டம் கூடிவிட்டது. சிறிது நேரத்தில் ஒரு கூட்டம் தாமாக முன் வந்து ஆற்றுக்குள் குதித்து பிணத்தை கரைக்கு கொண்டுவந்தார்கள். அது ஒரு பெண்ணுடையது என்பது தெரிந்தது ஆனால் யார் எந்த பகுதியை சேர்ந்தவர் என்று தெரியவில்லை.

அந்த பெண்மணி குறித்து நகரில் இருக்கும் யாருக்காவது தெரியுமா என்று ஆங்கிலேய அதிகாரிகள் விசாரணையில் இறங்கினார்கள். யாரும் தெரியாது என்று சொல்லிவிட வெளியூரை சேர்ந்தவர் இவர் ஆற்றில் தவறி விழுந்து மூழ்கி இறந்திருக்கலாம் என்று முடிவு செய்து, அனாதை பிணமாக அறிவித்து புதைக்க ஏற்பாடுகளை செய்த தொடங்கினார்கள். அப்போது ஆற்றில் குதித்து பிணத்தை கரையேற்றியவர்களில் ஒருத்தன் மாத்திரம் அந்த பிணத்திற்கான தக்க இறுதி சடங்குகளை தான் செய்வதாக சொல்லிக்கொண்டு முன்னால் வந்தான். கூடியிருந்த கூட்டத்தில் இருந்த மற்றொருவர் அதற்கு உனக்கு உரிமையில்லை, கொலை செய்த நீயே எப்படி அவளுக்கு இறுதி சடங்கு செய்வாய் என்று குரல் எழுப்ப ஒட்டுமொத்த கூட்டமும் இறுதி சடங்கு செய்வேன் என்று கூறிய நபரை வளைத்து பிடித்துக்கொண்டது.

எதிர்ப்பு குரல் எழுப்பியவர் தனக்கு தெரிந்த ஊர் இரகசியத்தை சபையில் போட்டு உடைத்தார். பிணமாக கிடந்த அந்த பெண் இந்த ஆளை வைத்திருந்ததாகவும் கருப்பர் நகரில் அவளுக்கு வீடு இருப்பதாகவும் விசயம் வெளியே வந்தது. புதைக்க வேண்டும் என்று சொன்ன நபரை ஆங்கிலேய அதிகாரிகள் பிடித்துக்கொண்டு அவனிடம் ஆயுதங்கள் ஏதும் இருக்கிறதா என்று சோதனை செய்தார்கள். அப்போது அவன் உடுத்தியிருந்த உடையில் இரத்த கறைகள் இருக்க அவன் மீதான சந்தேகம் மேலும் வலுவடைந்தது. இரத்த கறைகள் குறித்து கேட்க அவன் மழுப்பலாக பதில் தெரிவித்திருக்கிறான். கருப்பர் நகருக்குள் இருந்த அவனுடைய இல்லத்தை சோதனைபோட ஆங்கிலேய பணியாளர்கள் சென்றார்கள்.

அந்த பெண்ணுக்கு சொந்தமான தங்க நகைகளையும், சில உடமைகளையும் அவன் வீட்டிற்குள் மறைத்து வைத்திருந்தது கண்டுபிடிக்கப்பட்டது. கொலை குற்றம் வெட்ட வெளிச்சமானதும் தானும் தன்னுடைய கூட்டாளிகளும்தான் அந்த பெண்ணை கொலை செய்து உடலை ஆற்றுக்குள் வீசிவிட்டு அவளுடைய நகைகளை எடுத்துக்கொண்டோம் என்று ஒப்புக்கொண்டான் அவன். அந்த பெண்ணுடைய நகைகளைக் கொண்டு பணம் பார்க்க திட்டமிட்ட அவனும் அவனுடைய கூட்டாளிகளும் இந்த கொலையை செய்திருக்கிறார்கள். கொலை ஒரு வாரத்திற்கு முன்பே நிகழ்ந்திருக்கிறது. அவனுடைய கூட்டாளிகள் மூன்று நாட்களுக்கு முன்பே நகரை விட்டு சென்றுவிட்டதாக அவன் கூறினான்.

இந்த கொலை குறித்தும் அவனுடைய கூட்டாளிகள் குறித்தும் பூந்தமல்லி நாயக்கிற்கு தகவல் அனுப்பினார்கள் ஆங்கிலேயர்கள். அப்படியே இந்த குற்றவாளிகளை நீங்கள் தண்டிக்கிறீர்களா அல்லது உங்களின் இங்கிலாந்தின் சட்டப்படி நாங்கள் தண்டிக்கலாமா என்றும் கேள்வி எழுப்பியிருந்தார்கள். இதற்கு நாயக்கிடமிருந்து உடனடியாக பதில் வந்தது. இங்கிலாந்து சட்டப்படி அவர்களை தண்டிக்கவும் என்று. அதை தொடர்ந்து அவனுடைய கூட்டாளிகளும் பிடித்து வரப்பட்டார்கள். அவர்களும் கொலை குற்றத்தை ஒப்புக்கொள்ள கருப்பர் நகரின் மையப் பகுதியில் வைத்து அவர்கள் தூக்கிலிடப்பட்டார்கள்.

தூக்கிலிடப்பட்ட குற்றவாளிகளின் பிணங்கள் பல நாட்களுக்கு அப்படியே தூக்கில் தொங்கிய நிலையிலேயே விடப்பட்டுவிட்டதாக தெரிகிறது. கொலை குற்றங்களுக்கான தண்டனை எவ்வளவு கொடூரமானதாக இருக்கும் என்பதை நகரிலிருந்த மற்றவர்களுக்கும் உணர்த்துவதற்காக இப்படி செய்யப்பட்டிருக்கலாம். இந்த நிகழ்வுகள் குறித்து 1642 செப்டம்பர் 20 தேதியிட்ட கடித ஆவணம் குறிப்பிடுகிறது. அதே கடிதம் அக்டோபர் 11 வரை குற்றவாளிகளின் பிணங்கள் தூக்கில் தொங்கிக்கொண்டிருந்ததாக சொல்கிறது. சுமார் 350 வருடங்களுக்கு முன்பு மதராசப்பட்டிணத்தில் வசித்த காக்கைகளும் கழுகுகளும் தூக்கு கயிற்றில் தொங்கிக்கொண்டிருந்த இந்த குற்றவாளிகளின் பிணங்களை கொத்தி பிய்த்து தின்று விருந்து கொண்டாடி பட்டிணத்தின் முதல் தூக்கு தண்டனைக்கு சாட்சிகளாக இருந்திருக்கின்றன.

குற்றத்தில் ஈடுபட்ட இருதரப்பில் ஒருவர் ஐரோப்பியராகவும் மற்றொருவர் உள்ளூர்க்காரராகவும் இருந்தால் தண்டனை உள்ளூர் மக்களின் வழக்கத்திற்கே விடப்பட்டது. இருவரும் ஐரோப்பியர்களாக இருந்தாலோ அல்லது உள்ளூர்க்காரர்களாக இருந்தாலோ அப்போது இங்கிலாந்து நாட்டின் சட்டம் பின்பற்றப்பட்டது. கண்ணப்பா மீதான குற்றச்சாட்டுகள் காரணமாக பிரசிடெண்ட் பேக்கர் அவரை விலக்கிவிட்டு இரண்டு ஆங்கிலேயர்களை அந்த பதவியில் அமர்த்தினார். அதாவது உள்ளூர் மக்களின் தலைமை அதிகாரிகளாக (நாட்டாமைகளா). சில ஆண்டுகள் கழித்து பிரசிடெண்ட் விண்டர் அந்த பதவியை திம்மண்ணாவிடமும், வீரண்ணாவிடமும் ஒப்படைத்தார்.

சாவடித்தெருவில்இருந்தசாவடிகட்டிடத்தில்(இதுசவுல்டிரிஎன்றும் டவுன் ஹவுஸ் என்றும் ஆங்கிலேயர்களால் குறிப்பிடப்பட்டது) காவல்பணி மாத்திரமல்ல அடிமை வணிகம் செய்பவர்களிடமிருந்து வரிப்பணம் வாங்கும் பணியும் நடைபெற்றது. அடிமை வணிகம் குறித்து முன்பே பார்த்தோம். மீண்டும் பார்ப்போம். உள்நாடு மற்றும் கடற்கரையோர பகுதிகளில் இருந்து பிடித்து, கடத்தி வரபட்ட அடிமைகளில் (ஏழ்மை காரணமாக சிலர் அவர்களாகவே முன்வந்து தங்களை அடிமைகளாக விற்றுக்கொண்டதும் நடந்திருக்கிறது. வறுமையின் காரணமாக இப்போது தாங்களே முன் வந்து சிலர்

சட்ட விரோதமாக தங்களின் உடல் உறுப்புகளை விற்பதைப் போல) சிலர் வெள்ளையர் நகரிலும் கூட வீட்டு வேலையாட்களாக விற்பனை செய்யப்பட்டிருக்கிறார்கள்.

அப்படி விற்பனை செய்யப்பட்டவர்கள் வறுமையின் காரணமாக தாங்களே முன்வந்து தங்களை அடிமைகளாக விற்றுக்கொண்டவர்கள். வெள்ளையர் நகரிலிருந்த பல ஐரோப்பியர்கள் அடிமைகளை விலைக்கு வாங்கி வீட்டு வேலையாட்களாக அமர்த்திக்கொண்டார்கள். அப்படி தனக்கென்று பல வீட்டு வேலையாட்களை கொண்டிருந்தவர் அசன்டியா டாவ்ஸ். தொடக்க கால மதராசப்பட்டிணத்தின் முதல் உணர்வுப் பூர்வமான சட்ட போராட்டம் இவருடன் தொடர்புடையது. அக்யூஸ்ட் நம்பர் ஒன் என்று குறிப்பிடும் வழக்கம் அப்போது இல்லையென்றாலும் முக்கிய குற்றவாளி என்று அடையாளம் காணப்பட்டவர். எந்த குற்றத்திற்காக? கொலை குற்றத்திற்காக. அவரிடமிருந்த அடிமை வேலையாட்களில் ஒருவரான சிறு பெண் ஒருவரை கொலை செய்த குற்றத்திற்காக. கொலை நடந்தது *1665*-ல்.

மிக கொடூரமாக அந்த அடிமை சிறுமியின் கொலை நடந்திருக்கிறது. கொலை நிகழ்ந்த விதம் குறித்த தகவல்கள் ஆவணங்களில் இல்லை. கொலையானது உள்ளூரை சேர்ந்தவர் என்பதாலும் யாருமற்ற அனாதை அடிமை என்பதாலும் குற்றம் நிருபிக்கப்பட்ட டாவ்சை எப்படி தண்டிப்பது என்கிற குழப்பம் பிரசிடெண்ட்டான ஜார்ஜ் பாக்ஸ்கிராப்டுக்கு ஏற்பட்டது. டாவ்ஸ் குற்றவாளி என்பது தெள்ளத் தெளிவாக தெரிந்தது. ஆனால் கொலை செய்யப்பட்ட அடிமை சிறு பெண் தரப்பில் நியாயத்தை கேட்க ஒரு ஈ காக்கையும் இல்லை. கொலையான பெண் தரப்பில் ஈரமனம் படைத்த ஒரு உள்ளூர் மனிதன் குரல் கொடுத்திருந்தாலும் டாவசுக்கு உள்ளூர் வழக்கப்படியான தண்டனை கொடுக்கப்பட்டிருக்கும் ஆனால் ஏழைகளுக்கும் அடிமைகளுக்கும் குரல் கொடுக்க ஒரு நாதியும் கிடையாது என்பதுதானே மனித இன வரலாறு சொல்லும் பாடம்.

இங்கிலாந்திலிருந்த தலைமை அலுவலகத்திற்கு இந்த கொலை தொடர்பாகவும் டாவசுக்கு எப்படியான தண்டனை கொடுக்கப்பட வேண்டும் என்று சட்ட விளக்கம் கேட்டு பாக்ஸ்கிராப்ட் கடிதம் எழுதினார். இப்படியான குற்றங்களுக்கு

என்ன விதமான தண்டனைகளை வழங்க கூடிய அதிகாரம் மதராசப்பட்டிண பிரசிடெண்ட்டுக்கு கொடுக்கப்பட வேண்டும் என்கிற முடிவு எடுக்கப்படும் வரை விசாரணையை முடிக்காமல் வைத்திருக்கும்படி அவருக்கு பதில் கடிதம் தரப்பட்டது *(1665 மார்ச் 7 தேதியிட்ட கடிதம்).* இது தொடர்பான சட்ட அதிகார முடிவுகள் எடுக்கப்பட்டு அது புனித ஜார்ஜ் கோட்டைக்கு தெரியப்படுத்தப்பட்டபோது பாக்ஸ்கிராப்ட் பதவியிருந்து நகர்ந்து எட்வர்ட் விண்டர் பிரசிடெண்ட்டாக வந்திருந்தார் *(1665 - 1688).*

இது பாக்ஸ்கிராப்ட் பிரசிடெண்ட்டாக இருந்தபோது நடத்தப்பட்ட விசாரணை என்பதாலும் இப்போது அவர் பதவியில் இல்லை என்பதாலும் டாவ்ஸ் மீதான விசாரணை கிடப்பில்போடப்பட்டது. சுமார் மூன்று ஆண்டுகளுக்கு. இவ்வளவு காலமும் டாவ்ஸ் சிறையில் அடைக்கப்பட்டதாக தெரியவில்லை. பாக்ஸ்கிராப்ட் இரண்டாம் முறையாக பிரசிடெண்ட்டானவுடன் *(1668 – 1670)* டாவ்ஸ் குற்ற விசாரணையை கையில் எடுத்தார். இந்த குற்றச்சாட்டு குறித்து ஜூரிகள் கொடுக்கும் கருத்துகளுக்கு ஏற்ப பாக்ஸ்கிராப்ட், டாவ்சுக்கான எப்படியான (மரண தண்டனை உட்பட) கடும் தண்டனையையும் நிறைவேற்றலாம் என்று கம்பெனி சட்டம் சொன்னது.

தனிப்பட்ட முறையில் கொலை செய்யப்பட்ட அடிமை சிறு பெண்ணுக்கு நீதி கிடைத்தே ஆகவேண்டும் என்பதில் முனைப்பாக இருந்தார் பாக்ஸ்கிராப்ட். ஜூரிகள் நியமிக்கப்பட்டு மீண்டும் விசாரணை முடக்கிவிடப்பட்டது. ஜூரிகளின் விசாரணையின் முடிவில் அவர்களுடைய இறுதி முடிவுகளுக்கு ஏற்பத்தான் குற்றத்திற்கான தண்டனையை எழுத முடியும் என்பதால் அவர் ஜூரிகளின் இறுதி முடிவிற்காக காத்திருந்தார். ஜூரிகளாக வந்து வாய்த்த அனைவரும் அவர்களுடைய வீடுகளிலும் அடிமை வேலையாட்களை வைத்திருந்தவர்கள்தான். இதுபோதாதா அவர்களின் இறுதி விசாரணை முடிவு எப்படியானதாக இருக்கும் என்று.

கொலை செய்யப்பட்ட அடிமை பெண்ணுக்கு நீதி கிடைத்தால் அது அவர்களின் வீடுகளில் இருக்கும் அடிமைகளுக்குமான நீதியாகத்தானே பார்க்கப்படும். தங்களுக்கு கொடுமை

இழைக்கப்பட்டால் அதற்கு தக்க நீதி வழங்கப்படும் என்கிற துணிச்சல் அவர்களுக்கு வந்துவிடுமானால் அடிமைகளை வைத்திருக்கும் எஜமானர்களின் கதி என்னாவது. கேட்க நாதி கிடையாது என்கிற திமிரில் அவர்கள் விருப்பத்திற்கு அடிமைகளை அடிக்கவும், உதைக்கவும் கொன்றுபோடவும் முடியாமல்போகும்தானே. தங்களின் பிறப்புரிமையாககருதிய அந்த திமிரை தக்க வைக்க என்ன செய்யவேண்டும். விடை மிக எளிது. இந்த அடிமைக்கு மறுக்கப்படும் நீதி மற்ற அடிமைகளின் நியாய எதிர் குரலின் குரல்வளையை தானாகவே முறித்துவிடும்தானே.

அந்த ஜூரிகளும் அதைத்தான் செய்தார்கள். டாவ்ஸ் மீது எந்த குற்றமும் இல்லை அவர் அப்பாவி என்று தங்களின் முடிவை பாக்ஸ்கிராப்டிடம் பவ்யமாக கொடுத்தார்கள். அவரால் இதை நம்பவே முடியவில்லை. டாவ்ஸ் கொலை குற்றவாளி என்பதை டாவ்ஸ் முதற்கொண்டு வெள்ளையர் நகரில் அந்த நொடியில் பிறந்த குழந்தை வரை அனைவரும் அறிவார்கள். ஜூரிகள் உட்பட. ஜூரிகளின் முடிவை நம்ப முடியாமல் விக்கித்துப்போய் அவர் அசன்டியா டாவ்ஸ் பார்த்து அப்படியா என்று கேட்க, விசாரணை கூண்டில் உட்கார்ந்திருந்த டாவ்ஸ் எவ்வித பதிலும் சொல்லாமல் மௌனம் உட்கார்ந்திருந்ததாக ஆவணங்கள் சொல்கின்றன.

மனசாட்சி உறுத்தலற்ற டாவ்சின் அந்த மௌனம்தான் ஏழைகளின், ஒடுக்கப்பட்டவர்களின் நீதி வேண்டிய போராட்டங்களுக்கான பதிலாக இருக்கிறது. ஜூரிகளின் முடிவிற்கு எதிராக பாக்ஸ்கிராப்ட்டால் எதுவும் செய்ய முடியாத காரணத்தால் டாவ்ஸ் குற்றமற்றவர் என்று கனத்த மனதுடன் தீர்ப்பெழுதி அவரை விடுதலை செய்தார். கொலை செய்யப்பட்ட பெயர் தெரியா அந்த அடிமை சிறு பெண்ணின் ஓலத்தைப்போல பல அடிமைகளின் ஓலங்களை, கதறல்களை, கண்ணீர்களை பார்த்திருக்கிறது கருப்பர் நகர சாவடித்தெரு. தென்னிந்தியாவின் உட்பகுதிகளில் இருந்து கடத்தி (அல்லது பிடித்து) வரப்படும் அடிமைகளுக்கு சாவடித்தெருவில் இருந்த சாவடி கட்டிடத்தில் உரிமம் வழங்கப்பட்டது.

அடிமைகளை வாங்கிய விற்ற விவரங்கள் அங்கு தவறாமல் பதிவு செய்யப்பட்டது. தலைமை அதிகாரியின் முன்னிலையில்

பதிவுகள் நடைபெற்றன. ஒவ்வொரு அடிமையின் விவரமும் பதிவு செய்யப்பட்டது. அதற்கு கட்டணமும் வசூலிக்கப்பட்டது. இதன் மூலம் வந்த வருவாயை பிரிட்டிஷ் கிழக்கிந்திய கம்பெனியும், சாவடி அதிகாரிகளும், புனித ஜார்ஜ் கோட்டை பணியாளர்களும் பிரித்துக்கொண்டார்கள். அதன்படி சாவடி அதிகாரிகளுக்கு ஒரு அடிமையின் மூலம் *8* அணாக்கள் கிடைத்ததாக ஒரு ஆவணம் கூறுகிறது. மற்ற பகுதிகளில் வசூலிக்கப்படுவதைவிட மதராசப்பட்டிணத்தில்தான் அடிமைகளுக்கான பதிவு கட்டணம் குறைவு என்பதால் அடிமை வணிக இடைத்தரகர்களின் கூட்டம் சாவடித்தெருவில் அலைமோதியது.

பதிவு கட்டணம் குறைவு என்றாலும் அடிமை வணிக இடைத்தரகர்களின் கூட்டம் கும்மியடித்தால் வசூல் கூறையை பிய்த்துக்கொண்டுதானே கொட்டும். கொட்டியது. அதனால்தான் தலைமை அதிகாரியே மற்ற வேலைகளை விட்டுவிட்டு நேரடியாக சாவடிக்கு வந்து நாற்காலியை போட்டு உட்கார்ந்துகொண்டு பதிவு வேலையை பார்த்தது. உள்ளூரில் இருக்கும் அடிமை வணிக இடைத்தரகர்கள் எப்படி அடிமைகளாக பிடித்து (கடத்தி) வருவார்கள் என்பதற்கு ஒரு சிறிய உதாரண சம்பவத்தை மன்னூச்சி நமக்கு தருகிறார். அவருடைய புத்தகமான *Storia Do Mogor Vol 4*-ல் பக்கம் *128*-ல் அது விவரிக்கப்பட்டிருக்கிறது.

அதை விவரிக்க மன்னூச்சியின் நடையையே இங்கே எடுத்துக்கொள்கிறோம். மதுரையில் வாழ்ந்த ஏழை குடியானவன் அவன். நான்கு பிள்ளைகள் அவனுக்கு. குடும்பம் பெரிதாக இருந்தாலும் வருமானம் அந்தளவிற்கு இல்லை. உள்ளூரில் அவனுடைய குடும்ப தேவைகளை நிறைவேற்ற கூடிய வேலை கிடைக்காததால் வெளியூருக்கு பிழைப்பு தேடி செல்வது என்று முடிவு செய்தான். நாகப்பட்டிணத்தை தேர்ந்தெடுத்து அங்கு செல்ல முடிவு செய்த அவன் பிள்ளைகளையும் மனைவியையும் பக்கத்து வீட்டுக்காரனின் மேல் இருந்த நம்பிக்கையில் அவனுடைய பொறுப்பில் விட்டு விட்டு சென்றான். நாகப்பட்டிணத்தில் அவன் எதிர்பார்த்த ஊதியத்தில் வேலை கிடைக்க ஒரு மாத காலம் கழித்து பிள்ளைகளையும் மனைவியையும் நாகப்பட்டிணத்திற்கு அழைத்து வந்துவிடுவது என்று திட்டம் செய்து மதுரைக்கு திரும்ப வந்தான்.

வந்தால் பிள்ளைகளையும் மனைவியையும் வீட்டில் காணவில்லை. யாரை நம்பி குடும்பத்தை ஒப்படைத்து சென்றானோ அதே நபர், தரங்கம்பாடியில் உன் கணவனுக்கு வேலை கிடைத்துவிட்டது அதனால் உன்னையும் பிள்ளைகளையும் தரங்கம்பாடிக்கு கூட்டி வர சொல்லி எனக்கு செய்தி சொல்லி அனுப்பியிருக்கிறான் என்று பொய் சொல்லி அவர்களை தரங்கம்பாடிக்கு கடத்தி சென்றிருப்பது தெரியவந்தது. கணவன் தன்னுடைய மனைவியையும் பிள்ளைகளையும் தேடிக்கொண்டு தரங்கம்பாடிக்கு செல்ல அங்கே அவர்கள் *30* பக்கோடாக்களுக்கு விற்கப்பட்டிருப்பது தெரிய வந்தது.

அவனுடைய மனைவிக்கும் பிள்ளைகளுக்கும் தாங்கள் ஏமாற்றி தரங்கம்பாடி அழைத்துவரப்பட்டு அடிமைகளாக விற்கப்பட்ட விவரம் தெரியாமலேயே இருந்திருக்கிறது. அடிமைகளாக பதிவு செய்யப்பட்டு மணிலாவிற்கு செல்லும் கப்பலில் அவர்கள் ஏற்றப்பட்டபோதே தங்களுக்கு இழைக்கப்பட்ட துரோகமும் விபரீதமும் தெரிய வந்தது. தெரிந்து என்ன புண்ணியம் கப்பல் அவர்களை மணிலாவிற்கு கொண்டுபோய்விட்டது. மனைவியும் பிள்ளைகளும் யாரிடம் விற்கப்பட்டார்களோ அவனை தேடி கண்டுபிடித்து கணவன் அது குறித்து கேட்க பொய் வழக்கு போடப்பட்டு கணவன் சிறையில் அடைக்கப்பட்டான்.

கண்ணீரும் வயிற்றெரிச்சலும்தான் மிச்சம். இது நேரடி சாட்சியாக வாழ்ந்த ஒரு பயணியின் மூலம் போகிற போக்கில் பதிவு செய்யப்பட்ட கண்ணீர் கதை. இதைப்போல பல கண்ணீர் கதைகளை சுமந்து கரைந்துபோய் விட்டது மதராசப்பட்டிண கருப்பர் நகர சாவடித் தெரு.

# பின்னிணைப்பு I

கி.பி. 1670 – 1700 காலக்கட்டத்தில் மதராசப்பட்டிணத்தின் வெள்ளையர் நகர் மிடில் தெரு, சவுல்டிரி தெரு, சவுல்டிரி ஆலே, க்ளோசெஸ்டர் தெரு, யார்க் தெரு, யார்க் லேன், சார்லஸ் தெரு, ஜெம்ஸ் தெரு, ஜேம்ஸ் ஆலே, செயின்ட் தாமஸ் தெரு, செயின்ட் தாமஸ் லேன் மற்றும் சர்ச் தெருக்களில் சொந்த மற்றும் வாடகை வீடுகளில் வசித்து வந்த ஐரோப்பியர்களின் பெயர் பட்டியல்.

***MIDDLE STREET***

*The Honorable President Yale's House*

*Captain James Betts house*

*Martad Gonsason & William Dixon*

*Paul Cardozo*

*Padre Ephraim*

*Martin Lope*

*Mr. John Afflack*

*Richard Monk & John Strang way*

*Widow Heathfield*

*Mr. Peter Large*

*Mrs. Ursula O'Neal*

*Mr. Afflack & Mrs. Ursula O'Neal*

*Mr. Afflack & Mr. Troughton*

***CHOWLTRY STREET***

*Richard Monk's House*

*John Coventry*

*Corno Lorenso*

*Emmanuel Morley & Widow Haddock*

*Emmanuel Morley*
*Padre Theodosia*
*Mr. John Nicks & Sir John Biggs & John Hill*
*Thomas Greenhill*
*John Parera*

***CHOWLTRY ALLEY***
*Joan Lopus*
*Ana d' Andrada*
*Nath. Bonus & Gab. Roberts*
*Charles Metcalf*
*John Callender*

***GLOUCESTER STREET***
*Pauchecu Viera & Mrs. Field*
*Mr. Henry Alford*
*Arthur Tilbury*
*Madam Pavia & Mr. Alford*

***YORK STREET***
*Mr. Miller & Panchecu Viera*
*Panchecu Viera & P'adre Lopus, Andre Garrnast,Frans Tessera, Marmad Consasou*
*John Inch*
*Renou Perera*
*Tilman Holt*
*John de Soza*
*Domingoes Mendes*
*Mr. Mead & John Meverell*
*Mr. Mead*
*Monsieur Chardin*
*Martha de Consason*

***YORK LANE***
*William Dixon & Mr. Giover*
*Domingo Joan*

*Emmanuel Rosaira*
*Mary Ware*
*Emmanuel Rosaira*
*Mr. Miller & Amu Dunkly*
*Jane Taylor*
*Widow Ryley*
*Mr. Freeman's Godown*

***CHARLES STREET***
*Mr. William Jearsey*
*Mr. Jearsey's several Godowns*
*Mr. Bridger*
*Mr. Bridger & Mr. Mose*
*Mr. Bridger & Mr. Constable*
*Mr. John Davis & Mr. Styleman*
*Mr. Bridger's Godown*
*Robert Bulfield's Godown*

***JAMES STREET***
*Gimar Peniora*
*Joseph Perera*
*Mr. Gray Smith's Godown*
*Robert Ray & Mr. Pitt*
*Alexander Woodall*
*Mr. Bridger's Godown & Prt. Gyfford*
*Phillipa*
*Thatcher*
*Black Franck & Padre Bastian*
*Robert Bulfield*
*Maria de Sure*
*Company's Merchants Godowns*
*Nicholas Westborough*
*Pois new Hospital*
*Forrow*
*Padre Lorenz Parera*
*Sicillia Mendes*

*Maria Madera*

***JAMES ALLEY***

*Antony Caldera*

*Thomas de Clara*

*Lisu de Cuni*

*Antonio Rosada*

*Alexander Woodall & John Moor*

*Bastian Severa*

*Attesa Reposa*

*Theodosius Gregory*

*John Parera*

*Matthias de Silva*

***ST. THOMAS STREET***

*John Stevenson & Mr. Liddell*

*Nichola de Silva*

*Tarnantony*

*Mrs. Griffiths & Mr. Cheney*

*Senora Alvada*

*Emmanuel de Silva & Jas. Meelenen*

*President Yale's Godown*

*Maria Zebo*

*Pasquall Gallon*

*President Yale*

*Emmanuel Navis*

*Romber Ray*

*John Baptista*

*Bernardo Medows & Mr. Barron*

*Antonio Qualis*

*Clara Botalia*

*Gaspar de Monte & Mr. Betsworth*

*Mr. Gray's Godown*

*Padre Salvadore & Mr. Ivory*

*Joan de Coasta*

***ST. THOMAS LANE***

*Donna Issabella*

*Pois & Elizabeth Poulter*

*Emmanuel Vass*

*Duarty Figarado*

***CHURCH STREET***

*Antony Gonsalis*

*Donna Phillippa*

*Catherena Passania*

*John Stevenson*

*Mr. Rodrigoes & Mr. Burton*

## பின்னிணைப்பு – II

இந்த பாகத்தில் நாம் பார்த்த காலப்பகுதியான கி.பி. *1640* முதில் *1700* வரை மதராசப்பட்டிணத்தின் தலைமை ஏஜன்ட்கள் மற்றும் பிரசிடெண்ட்கள்.

| | | |
|---|---|---|
| *Andrew Cogan* | *1 March 1640* | *1643* |
| *Francis Day* | *1643* | *1644* |
| *Thomas Ivie* | *1644* | *1648* |
| *Thomas Greenhill* | *1648* | *1652* |
| *Aaron Baker (President)* | *1652* | *1655* |
| *Thomas Greenhill* | *1655* | *1658* |
| *Sir Thomas Chambers* | *1658* | *1661* |
| *Sir Edward Winter* | *1661* | *1665* |
| *George Foxcroft* | *1665* | *1665* |
| *Sir Edward Winter (second term)* | *1665* | *1668* |
| *George Foxcroft (second term)* | *1668* | *1670* |
| *Sir William Langhorne, 1st Baronet* | *1670* | *1678* |
| *Streynsham Master* | *1678* | *1681* |
| *William Gyfford* | *1681* | *1684* |
| *Elihu Yale (First term)* | *1684* | *1685* |
| *William Gyfford* | *1685* | *1687* |

| | | |
|---|---|---|
| *Elihu Yale (Second term)* | *1687* | *1692* |
| *Nathaniel Higginson* | *1692* | *1698* |
| *Thomas Pitt* | *1698* | *1709* |

புயலின் போதான புனித ஜார்ஜ் கோட்டை

இங்கிலாந்து லேடண்ஹால் தெருவில் இருந்த பிரிட்டிஷ் கிழக்கிந்திய கம்பெனியின் தலைமை அலுவலகம்

ஆறுகுப்பம் மீனவ குடிமிருப்பு

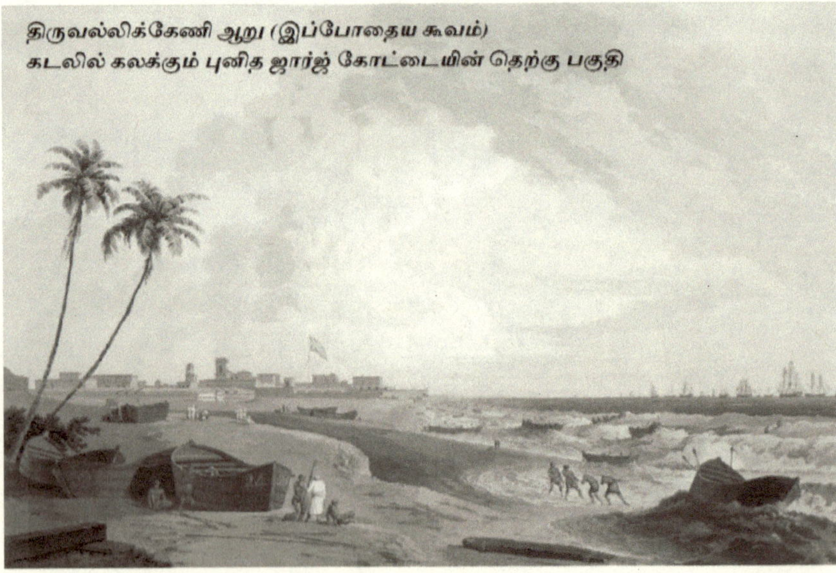

திருவல்லிக்கேணி ஆறு (இப்போதைய கூவம்)
கடலில் கலக்கும் புனித ஜார்ஜ் கோட்டையின் தெற்கு பகுதி

செயின்ட் தாமஸ் மவுண்ட்

தெற்கு நுழைவாயில் - புனித ஜார்ஜ் கோட்டை

## *Reference Books*


*Vestiges of Old Madras 1640 – 1800: Traced From The East India Company's Records Preserved At Fort St. George And The India Office And From Other Sources Vol. I by Henry Davison Love*

*Vestiges of Old Madras 1640 – 1800: Traced From The East India Company's Records Preserved At Fort St. George And The India Office And From Other Sources Vol. II by Henry Davison Love*

*Vestiges of Old Madras 1640 – 1800: Traced From The East India Company's Records Preserved At Fort St. George And The India Office And From Other Sources Vol. III by Henry Davison Love*

*Vestiges of Old Madras 1640 – 1800: Traced From The East India Company's Records Preserved At Fort St. George And The India Office And From Other Sources Vol. IV by Henry Davison Love*

*The Story of Madras by Glyrn Barlow M.A.*

*Madras In The Olden Time Being A History Of The Presidency From The First Foundation To The Governership Of Thomas Pitt 1639 – 1702 Compiled From Official Records By J. Talboys Wheeler*

*The Madras Tercentenary Commemoration Volume*

*Manual Of The Administration Of The Madras Presidency: Records Of Government & The Yearly Administration Reports Volume I, II & III*

*The Church In Madras Being The History Of The Ecclesiastical And Missionary Action Of The East India Company In The Presidency Of Madras By Rev. Frank Penny*

*An Account Of The Trade in India by Charles Lockter*

*A New Account of East India and Persia in Eight Letters by John Fryer M.D.*

*Fort St. George Madras: A Short History Of Our First Possession In India by Mrs. Frank Penny*

*Records of Fort St. George: Diary And Consultation Book of 1686*
*Histoyr of The City of Madras: Written for the Tercentenary Celebration Committee 1939 by Rao Sahib C. S. Srinivasachari M.A.*

www.ingramcontent.com/pod-product-compliance
Lightning Source LLC
LaVergne TN
LVHW090428051026
849518LV00006B/2481
* 9 7 8 8 1 9 4 4 8 8 1 8 7 *